TỐ THƯ
MƠ QUÊ
(Dreaming of Homeland)

Giáp Thìn 2024

Copyright © 2024 by Tố Thư

All rights reserved. This book or any portion thereof may not be reproduced or used in any manner whatsoever without the express written permission of the author and publisher except for the use of brief quotations in a book review.

Printed in the United States of America

ISBN 979-8-9908553-7-3
Library of Congress: 2024913020

Quill Hawk Publishing
www.QuillHawkPublishing.com

Tác giả giữ bản quyền
Xin không trích dịch, nếu không có sự đồng ý của tác giả
Mơ Quê - Tố Thư

Tổ Quốc Việt Nam

Quốc Tổ Hùng Vương dựng núi sông
Khai Dân, lập Quốc giống Tiên Rồng
Cháu con ghi nhớ công ơn Tổ
Dựng lại Giang Sơn, quyết một lòng.

Mơ Quê – Tố Thư

Mơ Quê – *Tố Thư*

Chân dung Tác giả, phác họa bằng digital. Hòa Ninh.

Mơ Quê – *Tố Thư*

Mơ Quê
Thơ Tố Thư

Trang đặc biệt

Với những trang thơ đậm tình người, đậm nét quê hương, ghi lại suốt chặng đường dài tỵ nạn (30/4/75) và quãng đường đấu tranh Tự Do, Dân Chủ cho quê nhà trong suốt 40 năm qua.

Những bài thơ mang nặng tình quê hương.

- *Một ký ức đau thương của tuổi thơ trên đất Bắc (54)*
- *Một khát vọng cho quê hương khi lớn lên tại miền Nam (75)*
- *Một ước mơ của cuộc sống lưu vong: Tham gia đấu tranh để Việt Nam có Tự Do, Dân Chủ và thao thức thế hệ kế thừa sẽ cùng với dân tộc Canh Tân lại Đất Nước Việt Nam.*
- *Các nhạc phẩm đã sáng tác: Tôn vinh Quốc Tổ Hùng Vương, ca tụng tình yêu đất nước, tình yêu gia đình, bảo toàn lãnh thổ, lãnh hải và xót xa cho cuộc đời tỵ nạn.*

"Mơ Quê" ghi lại những đớn đau, bất hạnh của hàng triệu người phải bỏ nước ra đi tìm Tự Do! Bằng con đường vượt biên, vượt biển mà gia đình và con em họ đã phải trả giá, gánh chịu!

Mơ Quê không chỉ là một thao thức cho hạnh phúc dân tộc, thốt ra bằng lời thơ mà còn chính là ước mong thế hệ kế thừa tiếp nối con đường đấu tranh giải phóng quê hương Canh Tân lại Đất Nước.

Tố Thư - Phạm Thường Sáo Trúc Việt Nam - Giáp Thìn 2024

Mơ Quê – Tố Thư

Mơ Quê
Thơ Tố Thư

Chân thành Tri Ân và Cảm Tạ những đóng góp, hỗ trợ tinh thần để hoàn thành Tập Thơ Mơ Quê

- GS. Phạm Huy Cường (1975)
- Bà Đàm Châu Hà (Nguyên Chủ bút Báo Dân Việt Houston)
- TS. Trần Diệu Chân
- KS. Ngô Trọng Đức
- TS. Linh Chân Brown
- Cô giáo: Lưu Ngọc Bảo (1975)
- BS. Phạm Lưu Giang
- Kỹ Thuật: Phạm Nguyễn Hòa Ninh

Đặc biệt các Ca nghệ sĩ, Nhạc sĩ:

- Trần Đức Hậu
- Hoàng Tường
- Việt Khang
- Nam Phong

Đã chuyển ý thơ thành nhạc, tạo cho "Mơ Quê" một làn gió mát, chuyển khát vọng Canh Tân Đất Nước đến với mọi người và các thế hệ nối tiếp.

- **Art Design: Hòa Ninh**

- Tranh bìa: Tác giả
"Đêm trăng trong làng"

Special Contents
(Nội dung đặc biệt cho tuổi trẻ)

Vietnamese & English

- Lời tựa — 15
  - **Preface** — 23
- Cảm nghĩ về Tố Thư — 32
  - **Thoughts about Tố Thư's Poetry** — 36
    - *Mrs. Chau Ha, Former Editor of Dan Viet Houston newspaper*
- Những vần thơ chạm tới đáy lòng — 40
  - **The verses that touch my heart** — 42
    - *Tran Dieu Chan, PhD*
- Tấc lòng gởi Việt Nam của tác giả "Mơ Quê" — 45
  - **Dreaming of Homeland** — 47
    - *Mr. Ngo Trong Duc, Engineer, Democracy Activist*
- Giấc mơ quê — 49
  - **Homeland Dream** — 50
    - *Translation by Linh Chan Brown, PhD*
- Mơ Quê — 51
  - **Dreaming of Homeland** — 52
    - *Translation by Linh Chan Brown, PhD*
- Tâm tình với kiến — 53
  - **Sentimental Talk with the Ant** — 54
    - *Translation by Linh Chan Brown, PhD*
- Nuôi tâm hy vọng — 138
  - **Nurturing hope...** — 138
    - *Translation by Dr. Pham Luu Giang*

- Đối thoại với kiến   152
  - **Dialogue with Ant!**   153
    -Translation by Dr. Pham Luu Giang
- Em đếm sao trời (bản nhạc)   181
  - **I count the stars (music sheet)**   182
- Mừng Lễ Giáng Sinh 2023   217
  - **Merry Christmas 2023**   219
    -Translation by Dr. Pham Luu Giang
- Ước mơ Canh Tân Việt Nam   227
  - **A Dream of the Renewal**   228
    -Translation by Linh Chan Brown, PhD
- Nói với tuổi trẻ Việt Nam   229
  - **Conversation with Vietnamese Youth**   234
    -Translation by Linh Chan Brown, PhD
- Bỏ tấm chăn nô lệ   240
  - **Discard the Blanket of Slavery**   241
    -Translation by Linh Chan Brown, PhD
- Hạt giống mới quê hương   242
  - **Homeland's New Seeds**   243
    -Translation by Dr. Pham Luu Giang
- Cung Trầm   249
  - **Reflection**   251
    -Translation by Dr. Pham Luu Giang
- Lời cuối   253
  - **Last Words**   257
    -Translation by Dr. Pham Luu Giang

---*---

Mơ Quê – Tố Thư

Kính dâng Hương Linh
Bố Mẹ hai bên
(Tứ thân Phụ Mẫu)

Kính dâng lên Bố, nhà thơ "Tố Thư"
Đã cho con lớn lên trong "lý tưởng và hồn thơ" của Bố
Yêu mình, yêu người và yêu Tổ Quốc Việt Nam.

Cảm ơn Bố đã cho con lấy "Bút hiệu Tố Thư"
để cuộc sống tha phương này lúc nào chúng con cũng
có Bố bên cạnh.

Con kính dâng lên Hương Linh Mẹ.
Mẹ đã cho con được sống làm người, trong tình yêu thương
tuyệt vời của mẹ
Mẹ cho con sự hiểu biết để không ngoảnh mặt làm ngơ trước
đau thương Dân Tộc.

Con xin dâng Tập Thơ
"Mơ Quê" này để Tạ Ơn sâu Bố Mẹ

"vì hoàn cảnh đất nước mà chúng con đành phải cất dấu nỗi đau! Không thể về để chịu tang Bố Mẹ! Không được đi bên cạnh Quan Tài để tiễn đưa Bố Mẹ đến nơi an nghỉ cuối cùng! Cánh hồng trắng vẫn sẽ mãi mãi nằm trong trái tim chúng con."

Tập thơ Mơ Quê này cũng là Nén Tâm Hương để dâng lên "Tứ Thân Phụ Mẫu" và các Chiến Hữu Tiên Phong đã Anh Dũng Hy Sinh trên đoạn đường Đông Tiến
Giải Phóng Việt Nam, Canh Tân Đất Nước (1987)

Houston, Texas, năm Giáp Thìn – 2024

Mơ Quê – Tố Thư

Cảm ơn em
Hiền thê, các con và cháu

Cảm ơn em, các con và cháu đã luôn đồng hành trên con đường tranh đấu Tự Do, Dân Chủ và Nhân Quyền cho quê nhà.

Em và con đã luôn luôn tạo điều kiện và hỗ trợ tinh thần cho anh hoàn thành mọi công việc trong đời sống, nhất là đã giúp anh hoàn thành hai tập thơ: **30 Bài Thơ Quê Hương và Tình Người** (85) và **Mơ Quê** (24).

Nhưng hạnh phúc nhất vẫn là có em và con đã cùng đồng hành trong lý tưởng giải phóng quê hương và Canh Tân Đất Nước.

Cảm ơn Qúy Thầy, Qúy Vị Thức Giả, Qúy Văn Nghệ Sĩ, Thi Sĩ.

Các Chiến Hữu trong Mặt Trân và Đảng Việt Tân, trên khắp bốn phương trời, đã hướng dẫn tôi, cho tôi cơ hội được đồng hành trên con đường **"thực hiện lý tưởng Canh Tân Đất Nước Việt Nam"**.

Cảm ơn tất cả những anh em, chị em, các con cháu trong gia đình bên Chồng cũng như bên Vợ, trong nước cũng như Hải ngoại đã luôn luôn hỗ trợ từ tinh thần đến vật chất cho công cuộc đấu tranh giành Tự Do, Dân Chủ và Nhân Quyền cho Việt Nam.

Cảm ơn hai con. Giang, Ninh lúc nào cũng tạo cơ hội cho bố để hoàn thành ước nguyện "Canh Tân Đất Nước Việt Nam" và nhất là đã giúp bố hoàn thành **Tập Thơ Mơ Quê** này.

Tập thơ Mơ Quê, cũng xin là một món quà nhỏ để gởi đến các thế hệ kế thừa vì một **"Việt Nam Anh Hùng"**. Các em sẽ hãnh diện nối gót canh tân đất nước và gần hơn cũng là để nhắc nhở các con cháu chúng tôi, cháu Ngoại Hòa Ái, đừng bao giờ quên mình là người Việt Nam, phải học tiếng Việt và phải có bổn phận và trách nhiệm với quê hương đất nước, để cùng đồng bào chung vai Canh Tân lại Đất Nước Việt Nam.

Mơ Quê – Tố Thư

Lời tựa

Kính thưa qúy vị.

Tập thơ Mơ Quê, không chỉ để ghi lại quãng đường dài gian truân ty nạn Cộng Sản mà chính là một mong ước được trao lại cho các bạn trẻ, các thế hệ tiếp nối theo sau để các em phần nào hiểu được những hy sinh của gia đình, những đau thương của dân tộc đã phải sống dưới chế độ độc tài cộng sản phi nhân! Nhất là những hy sinh to lớn của một tổ chức đấu tranh, những con người của "Đoàn Đông Tiến" (Đảng Việt Tân) đã quay về lại quê hương để giải phóng dân tộc ra khỏi ách độc tài nhằm Canh Tân lại Đất Nước Việt Nam 1987).

Biến cố 30 tháng 4 năm 1975 là một ngày đen tối nhất của lịch sử dân tộc Việt Nam. Hàng triệu người phải bỏ nước ra đi tìm Tự Do.

Điều kinh hoàng nhất trong khát vọng "Tự Do" là đã có trên hàng trăm ngàn người chết trên biển! Các cô gái Việt Nam, bất hạnh đã bị hải tặc Thái Lan, bắt giữ, hành hạ và sau khi thỏa mãn thú tính, họ mang đi dấu trên các đảo hoang mà chỉ có họ mới biết mà thôi. Những đồng bào vượt biên bằng đường bộ thì chết mất xác hoặc bị giết ở dọc đường nơi các vùng biên giới: Trung Hoa, Việt Nam, Miên, Lào, Thái Lan.

Tội ác này đảng Cộng Sản Việt Nam phải hoàn toàn chịu trách nhiệm, không chỉ với dân tộc Việt Nam mà cả với thế giới.

Hôm nay, ngồi viết tâm tình này là cũng đã gần 50 năm rời xa Tổ Quốc và cũng là hơn 40 năm, tôi và gia đình tham gia vào công cuộc đấu tranh đòi Tự Do, Dân Chủ, Nhân Quyền cho Việt Nam. Một chặng đường dài với biết bao hy sinh thời gian và xương máu của đoàn người tị nạn. Nhất là những người đã dấn thân vào con đường "Kháng Chiến Giải Phóng Việt Nam" với mục đích, chấm dứt độc tài, Canh Tân Đất Nước.

Nhìn thời gian trôi qua, tôi không khỏi nghĩ đến một tương lai xa hơn, những thế hệ đi sau, trong đó có con cháu chúng tôi, làm sao để các em hiểu được những nỗ lực này để sẵn sàng tiếp nối con đường mà cha ông họ đã và đang tiếp tục đi.

Kính thưa qúy vị. Các em sinh ra vào thời điểm 1975, đã thật là may mắn, được cha mẹ luôn nhắc nhở, nói về cội nguồn, về lý do tại sao gia đình lại có mặt nơi hải ngoại này. Nhờ vậy mà các em cũng đã có được phần nào sự hiểu biết và lý do tại sao cha mẹ mình lại phải bỏ nước ra đi! Quan trọng hơn, ở thế hệ này nhiều em đã nói và viết được tiếng Việt, nên đã có nhiều em tham gia vào những sinh hoạt trong cộng đồng, vào những cuộc biểu tình đòi Tự Do, Dân Chủ cho Việt Nam, đòi trả tự do cho các TNLT (tù nhân lương tâm). Thậm chí cũng đã có nhiều em nhờ vào sự hướng dẫn của Bố mẹ nên đã hiểu được ý nghĩa của Lá Cờ Vàng Ba Sọc Đỏ. Lá Cờ của Tự Do và là lá Cờ của Tổ Quốc Việt Nam, nên đã mạnh dạn tham gia các hoạt đông đấu tranh hay sinh hoạt trong "Dòng Chính" để vận động Quốc Tế cho Nhân Quyền Việt Nam. Thể hiện lý tưởng qua sự hiểu biết của các em cho dù các em chưa bao giờ chứng kiến cảnh giết người dã man của cộng sản Việt Nam thời tiếp thu Hà Nội, cảnh "đấu tố ruộng đất"1954 và cuộc giết người tập thể Tết Mậu Thân Huế 1968, hay cuộc chiến, chống Cộng "Bảo Vệ Tự Do cho Miền Nam" của Quân Lực Việt Nam Cộng Hòa.

Chúng ta đã thật may mắn có được tầng lớp thế hệ trẻ này.

Trong suốt chặng đường dài tị nạn 50 năm, tôi vẫn luôn nung nấu trong lòng về một đất nước Việt Nam thôi đau khổ! Hàng ngày, hàng giờ, nghĩ về quê hương, trong công sở, hay những lúc lái xe, kể cả những bữa cơm chung với gia đình, hay những bữa cơm trưa trong sở làm, nhai cơm mà mắt cay nồng... sao quê hương tôi vẫn cứ mãi đọa đày.

Những lúc như vậy tôi lại cầm bút ghi lại những cảm xúc của mình, để lúc rảnh rỗi đọc lại cho vơi nỗi buồn và cũng là để tự nhắc mình, quê hương còn nhiều đau khổ! Thời gian đầu của những ngày tị nạn, 75-85, tìm quên nỗi nhớ bằng vào những sinh hoạt xã hội, "giúp đỡ người tị nạn". Tại thành phố Houston, chúng tôi luôn luôn có mặt mỗi khi các vị Lãnh Đạo Tinh Thần các Tôn Giáo cần đến, hoặc các buổi sinh hoạt duy trì văn hóa Việt Nam.

Tổ chức các buổi "Hát cho nhau nghe" nhằm làm vơi đi phần nào những đau thương của cuộc đời ty nạn và mang tiếng sáo (Sáo trúc Việt Nam Phạm Thường) vào trong các buổi sinh hoạt văn nghệ để giúp cho cộng đồng, hay các đoàn thể, hội đoàn, như: Hội Giáo Chức Việt Nam, Gia Đình Trưng Vương, Hội Phụ Nữ

Đấu Tranh Cho Việt Nam Tự Do, văn nghệ Yểm Trợ Kháng Chiến hay qua các Đại Lễ, Giỗ Tổ Hùng Vương. Trao Giải Văn Học Nghệ Thuật, như: Phan Nhật Nam, Ngục sĩ Nguyễn Chí Thiện, qua tập thơ Hoa Địa Ngục, Nhạc sĩ Cung Tiến với Hợp Tấu Khúc Chinh Phụ Ngâm v.v… và sinh hoạt Tôn Giáo mỗi khi có dịp, hoặc các buổi ngâm thơ do các đoàn thể trong Cộng Đồng tổ chức, như Đoàn Văn Nghệ Vượt Sóng, hay trong những đêm lửa trại, mang tiếng sáo đến với mọi người làm vơi đi nỗi buồn quê hương của cuộc sống lưu vong.Qua sinh hoạt văn nghệ, với những tâm tình và những bài thơ thương nhớ quê hương, kêu gọi hỗ trợ đấu tranh kháng chiến mang lại tự do cho quê nhà. Tôi đã được nhiều anh chị em, bằng hữu qúy mến, trong các sinh hoạt đoàn thể: Đoàn Văn Nghệ Vượt Sóng, Lửa Việt và các chiến hữu trong Mặt Trận, đã khuyến khích tôi cho ra mắt tập thơ **"30 Bài Thơ Quê Hương và Tình Người"**.

Đây là tập thơ đầu tiên của thời tị nạn, tiền sách bán được đã đóng góp vào "Qũy Yểm Trợ Kháng Chiến Việt Nam". Nhân đây cũng xin một lần nữa được "Tri Ân và cảm tạ" đến các vị bằng hữu, các anh chị ca sĩ, ngâm thi sĩ. Chị Phan Duy, Anh Sông Trà Huỳnh Hậu đã là những giọng Ngâm điêu luyện và Ca sĩ Hoàng Tường, một giọng ca đấu tranh tại Thành Phố Houston, các chiến hữu trong Mặt Trận. Đặc biệt với qúy Thày: Giáo Sư Triết, Đặng Phùng Quân và Giáo Sư, kiêm nhà văn Nguyễn Văn Sâm đã yêu mến ý thơ, khuyến khích tôi cho ra mắt và ngày ra mắt Tập Thơ đã được thành công mỹ mãn.

Bốn mươi năm đã trôi qua, con đường "Dân Chủ hóa

đất nước", Đảng Việt Tân vẫn cùng đồng bào miệt mài tiến bước, chung sức đấu tranh để hoàn thành ước nguyện canh tân đất nước Việt Nam, từng ngày trôi qua, giấc **"Mơ Quê"**, nhớ nước, nhớ nhà chưa bao giờ nguội lạnh trong tôi và tôi luôn tin rằng một đất nước Việt Nam của ngày mai sẽ phải ngời sáng trên từng bước chân của người Việt Nam bước tới.

Tập thơ "Mơ Quê" nếu có hàm chứa hai chữ "chông gai" thì đó cũng là cái ý mà tôi muốn viết để gởi lại cho các bạn trẻ, cho thế hệ đi sau biết được mà vững tâm bước tới, không vì thế mà nản lòng. Tôi tin vào sự khôn ngoan và với cái nhìn trong sáng, tính công bằng qua sự hiểu biết không thiên vị của các em. Các em sẽ dễ dàng vượt qua những "chông gai" để hoàn thành "Ước Nguyện Dân Chủ hóa và Canh Tân Đất Nước Việt Nam".

Như qúy vị và các em biết đó, 50 năm lưu vong tị nạn Cộng Sản, gia đình nào cũng chân ướt chân ráo, chật vật khó khăn. Cha mẹ phải đi làm đủ mọi loại công việc, từ thấp đến cao, miễn là có thể xây dựng lại được mái ấm gia đình, trong đó mục tiêu chính vẫn là tương lai, sự học của các em.

Nhìn lại chặng đường đã đi qua và hình ảnh các em đã trưởng thành, đã hoàn tất việc học, đã đạt được những thành quả thật tuyệt vời. Các em đã đóng góp vào xứ người qua nhiều lãnh vực khác nhau, làm nở mày nở mặt không chỉ cho gia đình, cho cộng đồng người Việt Nam tị nạn cộng sản mà còn cho cả những người Việt Nam sống trên khắp thế giới, ngay cả dân tộc Việt Nam (trong nước) một niềm hãnh diện vô biên.

Các em là "Con Rồng, Cháu Lạc" của Tổ Quốc Việt Nam.

Các em thương mến, những giá trị này chính là ước mơ canh tân đất nước của những người đi trước trong đó cũng là ước mơ của tôi. Mơ một ngày đất nước Việt Nam thực sự được tự do dân chủ, tất cả mọi người được sống trong hạnh phúc. Thế hệ trẻ được cắp sách đến trường, được mang sở học của mình cống hiến cho xã hội. Ngày đó, chắc chắn nước Việt Nam sẽ phải là một nước giàu mạnh và hùng cường sánh vai với thế giới. Nhìn lại 50 năm của cuộc đời lưu vong, nhiều người trong lứa tuổi của chúng tôi đến nay cũng đã đứng trong hàng "Bô Lão" và nhiều người trong số này cũng đã vĩnh viễn ra đi mang theo giấc mơ "hồi hương".

Là một công dân Việt Nam, một người lính Hải Quân, Quân Lực Việt Nam Cộng Hòa và như bao công dân Việt Nam và các quân nhân Quân Lực Việt Nam Cộng Hòa, của mọi binh chủng nặng nợ với quê hương, tôi mượn thơ để diễn tả cảm xúc của riêng mình, ghi lại những xót xa trong lòng, những ngậm ngùi, khóc cho mình, cho cả quê hương.

Hôm nay tôi gom lại quãng đường dài lưu vong với cái tâm yêu quê hương, yêu đồng bào, mơ quê chất thành "khát vọng canh tân" để gởi lại cho các em, cho con cháu tôi và các thế hệ đi sau, biết được những nhọc nhằn gian truân của thế hệ đi trước, đồng thời nói lên cái tâm của mình. Mong các em cảm nhận được thế nào là ân nghĩa của hai chữ "Đồng Bào", thế nào là "Ghi Ơn Quốc Tổ Hùng Vương". Người đã dựng nên Tổ Quốc Việt Nam và thế nào là máu mủ quê hương để các em có được niềm tự hào, lấy sở học của mình vượt qua mọi thử thách, vượt qua mọi chướng ngại để sẵn sàng đứng lên, nhận lấy trách nhiệm vì "Tổ Quốc Cha Ông" mà nối tiếp con đường Canh Tân lại Đất Nước Việt Nam.

Ở vào một giai đoạn nào đó, có thể các em sẽ chẳng còn gặp lại được những bóng người đi trước, nhưng trong hiện tại, chúng tôi vẫn mong được đi cùng với các em, qua những trang thơ để giúp các em thực hiện lý tưởng yêu nước của mình.

Sức mạnh của các em là **"sự hiểu biết trong cái Tâm nhân hậu"**. Các em đứng lên vì tổ quốc! Vì một dân tộc hiền hòa, nhưng không may đã phải hứng chịu nhiều thảm cảnh đau thương, tủi hận!

Các em hãy nuôi ước vọng và mang sự hiểu biết cùng tài năng, trí tuệ của mình đóng góp cho đất nước và trao lại cho lớp người đi sau, để hàng hàng, lớp lớp tuổi trẻ tiếp nối con đường xây dựng lại quê hương mà cha ông các em đã làm, đã đặt móng bằng sự hy sinh vô bờ bến của từng gia đình và nhất là xương máu của các Kháng Chiến Quân! Họ đã Anh Dũng đứng lên xây đắp con đường **"Đông Tiến"**, trở về lại quê hương và đó là ước nguyện khởi đầu cuộc Cách Mạng **"Giải Phóng Việt Nam Canh Tân Đất Nước"**, kéo dài từ hải ngoại về trong nước.

Cho dù con đường này còn nhiều gập ghềnh, nhưng với "lý tưởng" yêu quê Cha, Đất Tổ và bằng vào cái tâm trong sáng của các em, con đường này sẽ là con đường duy nhất để Việt Nam được hồi sinh. Một Dân Tộc Việt Nam của ngày mai sẽ phải ngang tầm thế giới. Vì đó chính là tình yêu quê hương nồng nàn đích thực nhất. **Đến từ chính trái tim của các em và của cả dân tộc Việt Nam.**

Tập thơ "Mơ Quê" mà các em đang có trên tay, dù chỉ là những dòng chữ ngắn, nhưng hy vọng sẽ giúp được các em *"chọn được con đường cho đất nước Việt Nam và sẽ hoàn tất con đường mà các em đã chọn":* Canh Tân Đất Nước Việt Nam.

Các em thân mến, đó là thao thức của tôi, của một người mơ quê, yêu đồng bào, yêu lũy tre xanh, yêu cây sáo trúc và là nạn nhân của hai lần phải bỏ nước ra đi để tìm Tự Do (54-75). Xin gởi lại các em, thế hệ đi sau để mong các em tiếp tục cuộc hành trình đầy vinh quang và ý nghĩa, giúp các em hoàn thành ước nguyện Canh Tân mà khởi đầu là: **"Canh Tân Con Người, Canh Tân Đất Nước Việt Nam".** Tập thơ này xin là một viên cát nhỏ trên con đường phục vụ "Canh Tân Đất Nước Việt Nam" mà các em đang và sẽ từng bước đi tới.

Một Việt Nam của ngày mai sẽ phải là một Việt Nam **"Dân Giàu Nước Mạnh"**, *(giàu về tinh thần, mạnh về ý chí không bị người coi khinh)*. Đó mới chính là niềm tự hào của Dân Tộc.

Hãy đứng vững trên đôi chân của mình, đừng đứng nhờ đôi chân người vì không ai thương dân mình bằng chính mình thương yêu dân tộc mình.

Một dân tộc Việt Nam của ngày mai tràn đầy hạnh phúc, một đất nước Tự Do, trong ý chí "tự túc, tự cường". Hãnh diện mình là người Việt Nam.

Preface (Lời Tựa)

Dear readers,

The collection of poems, "Mơ Quê" (Dream of the Homeland), is not only to record the long and arduous journey as refugees from Communism, but it is also a wish to pass on to young people and the next generations so that they can somehow understand the sacrifices of the family, the pain of the nation living under the inhuman communist dictatorship, and especially the great sacrifices of a freedom fighting (or resistance) organization, the people of the "Dong Tien" (Viet Tan Party), who returned to their homeland to liberate the nation from the communist dictatorship in order to reform the country of Vietnam (1987). The April 30, 1975, incident was the darkest day in the history of the Vietnamese nation. Millions of people had to leave their country to find Freedom.

The most horrifying thing about the desire for "Freedom" is that over hundreds of thousands of people died at sea! The unfortunate Vietnamese girls and women were captured and tortured by Thai pirates, who, after satisfying their animalistic desires, hid the girls and women on deserted islands that only the pirates knew about. Compatriots, who crossed the border by road, died or were killed along the road in border areas: China, Vietnam, Cambodia, Laos, and Thailand.

The Communist Party must be fully responsible for this crime, not only to the Vietnamese people but also to the world.

Today, writing this sentiment means that it has been nearly 50 years since I left my country and more than 40 years that my family and I have participated in the fight for Freedom, Democracy, and Human Rights for Vietnam. It has been a long journey with countless sacrifices of time and blood of the refugee group, especially for those who have committed themselves to the path of "Vietnam's Resistance Movement for Liberation" with the purpose of ending dictatorship and reforming the country.

Looking at the passage of time, I can't help but think about the more distant future: How will future generations, including our children and grandchildren, understand these efforts and be ready to continue the path that their ancestors have gone on and are going on?

Dear readers, children born in 1975 are very lucky; their parents always remind them and talk about their roots and the reason why their family is here overseas. Thanks to that, the children also gained some understanding of why their parents had to leave the country! More importantly, in this generation, many children can speak and write Vietnamese, so many children participate in community activities, in protests demanding Freedom and Democracy for Vietnam, demanding freedom for prisoners of conscience. Even many children, thanks to the guidance of their parents, have understood the meaning of the Yellow Flag with Three Red Stripes, the Flag of Freedom and of the Vietnamese Fatherland, so have boldly participated in activities to advocate internationally for Vietnamese Human Rights and express ideals through their understanding (even though they have never witnessed the brutal killings by Vietnamese communists during the annexation of Hanoi, the scene of "prosecution and land reform" in 1954, the mass murder Tet Mau Than Hue 1968, or the war against Communism "Defending Freedom for the South" by the Army of the Republic of Vietnam).

We are so lucky to have this young generation.

During my long journey as a refugee for 50 years, I have always dreamed in my heart of a Vietnam that would stop suffering. Every day, every hour, I think about my hometown, while at work or while driving, during meals with family or lunches at work; chewing rice makes my eyes teary...why is my hometown still suffering?

At times like these, I pick up a pen to write down my feelings, so that I can read them again in my free time to ease my sadness and also to remind myself that my homeland still has a lot of suffering! In the early days of the refugee days, '75-'85, people sought to forget their nostalgia through social activities, "helping refugees." In the city of Houston I organized "Sing For Each Other" sessions to alleviate some of the pain of refugee life. I brought flute music (Vietnamese Bamboo Flute Pham Thuong) into cultural activities to help the community, as well as organizations and associations, such as: Vietnamese Teachers' Association, Trung Vuong Family, Women's

Arts to Support the Resistance, and at Festivals and Hung King's Anniversary. I also played the bamboo flute at Literature and Art Awards events, where Phan Nhat Nam, prisoner Nguyen Chi Thien (poem "Hoa Dia Nguc"), musician Cung Tien (orchestra concert "Chinh Phu Ngam"), etc., received awards. I performed at religious events whenever possible, at poetry recitation sessions organized by organizations in the community, such as the "Vuot Song Arts Group," and at campfire nights, with the sound of the flute to ease the nostalgia for one's homeland in exile. Through cultural activities, with sentiments and poems of longing for the homeland, calling for support in the struggle to bring freedom to the homeland, I have received love from many brothers, sisters, and friends, active in organizations: "Vuot Song Arts Group," "Vietnamese Fire," and comrades in the Front (National United Front for the Liberation of Viet Nam)—all of who encouraged me to release a collection of poems, **"30 Poems of Homeland and Humanity."**

This is the first collection of poetry from the refugee period. The proceeds from the book sales were contributed to the "Vietnam Resistance Support Fund." On this occasion, I would like to once again express my gratitude and thanks to my friends, singers, and poets: Ms. Phan Duy and Mr. Song Tra Huynh Hau, both skilled voices; singer Hoang Tuong, a fighting voice in the city of Houston; and my comrades in the Front. I would also like to give special thanks to the teachers: Philosophy Professor

Dang Phung Quan, Professor and writer Nguyen Van Sam, who all loved the idea of my poetry and encouraged me to publish it. The launch day of the Poetry Collection was a great success.

Forty years have passed, on the path of "Democraticization of the country," and the Viet Tan Party is still diligently moving forward with the people, joining forces to fight by nonviolent means to fulfill the wish to reform the country of Vietnam. With each passing day, the dream of "Homeland" and the yearning for the country and missing home have never cooled in me. I always believe that the Vietnam of tomorrow will shine brightly with every step the Vietnamese people take.

If the collection of poems "Mo Que" ("Dream of the Homeland") contains words that are "thorns," then that is also the idea that I want to write to send back to young people, for the next generation to know: to confidently walk through and not be disappointed. I believe in your wisdom and clear vision, fairness through your unbiased understanding. You will easily overcome the "thorns" to fulfill "The Wish to Democratize and Reform the Country of Vietnam."

As you know, after 50 years of exile and being a refugee from Communism, every family has had their feet wet and struggled. Parents have had to work all kinds of jobs, from low to high, as long as they could rebuild the family home, in which the main goal is still the future and education of their children.

Looking back at the journey that has passed, we see

the image of the children having grown up, completed their studies, and achieved wonderful results. They have contributed to society through many different fields, enriching not only the lives of their families and the community of Vietnamese communist refugees, but also the lives of Vietnamese people living around the world. Even the Vietnamese people (in the country) have boundless pride. You are the "Dragon and Fairy Children" of the Vietnamese Fatherland.

Dear young readers, these values are the dream of our predecessors to reform the country, and it is also my dream. I dream of a day when Vietnam is truly free and democratic, everyone can live in happiness, and the young generation can go to school and bring their learning to contribute to society. That day, Vietnam will certainly be a rich and powerful country that can stand shoulder to shoulder with the world.

Looking back on 50 years of exile, many people of our age have now also stood in the ranks of "Elders" and many of these people have also left forever, carrying the dream of "returning home."

As a Vietnamese citizen and soldier of the Republic of Vietnam Navy, and like many Vietnamese citizens and soldiers of all branches of the Army of the Republic of Vietnam who owe a heavy debt to the homeland, I borrow poetry to express my own feelings, record the pain in my heart and the regret, cry for myself and for the whole homeland.

Today, I summarize the long journey of exile with the

love for my homeland, my people, and my dream of the homeland into a "desire for reform" to pass on to you, my children and grandchildren, and future generations, so that you all will understand the hardships of the previous generation, and at the same time to speak with my heart. I hope you can feel the sense of the word "Compatriots," what is being "Grateful to the Nation's Ancestors Hung Kings," the people who built up the Vietnamese Fatherland, and what is the blood of the homeland, so that you all can have pride, use your learning to overcome all challenges and obstacles, and be ready to stand up and take responsibility for the "Fatherland" to continue the path of renewal for the country of Vietnam.

Dear young readers, at a certain stage, you may no longer be able to meet your predecessors again, but in the present, I still hope to accompany you through the pages of poetry to help you carry out your patriotic ideals. Your strength is "understanding with a kind heart." Stand up for your country! Stand up for a peaceful nation that has unfortunately suffered many tragedies of pain and regret.

Nurture your aspirations and pass on your knowledge, talent, and wisdom to the next generation, so that generations and generations of youth can continue the path of rebuilding the homeland that your ancestors built. The foundation was laid with the boundless sacrifices of each family and especially with the blood of the Resistance "Dong Tien!" They bravely stood up to build the "Eastern Progress" road to return to their homeland, and that was the starting wish of the

"Liberation of Vietnam and Renewal of the Country" Revolution, extending from overseas to domestic.

Although this road still has many bumps, the only way for Vietnam to be revived is with the "ideal" of loving the Fatherland and with your pure heart because that is the most authentic and passionate love for the homeland, coming from the hearts of the young generation and the entire Vietnamese people. The Vietnamese Nation of tomorrow will have to be on par with the world.

The collection of poems "Mơ Quê" ("Dream of the Homeland") that you have in your hands, though consisting of only short lines, will hopefully help you **"choose the path for the country of Vietnam and complete the path you have chosen:"** **Renewing the Country of Vietnam.**

Dear young readers, that is my restlessness, of a person who dreams of the countryside, loves his people, loves green bamboo, loves the bamboo flute, and is a victim of having to leave the country twice to find Freedom ('54-'75). I send this to you, the next generation, to hope that you will continue your glorious and meaningful journey, helping you fulfill the wish of Renewal, which begins with: **"Renewing the People, Renovating the Country Vietnam."** This collection of poems is like a small grain of sand on the path of serving the "Renewal of Vietnam" that you are on and will step by step walk forward.

A Vietnam of tomorrow will have to be a Vietnam of **"Rich People, Strong Nation"** *(rich in spirit, strong* *in will, and not despised by others).* That is the pride of the Nation. Stand firmly on your own feet. Don't stand on other people's feet because no one loves our people as much as we love our own people.

The Vietnamese people of tomorrow are full of happiness in a country of freedom, with the will to be **"self-sufficient and self-reliant."** Be proud to be Vietnamese.

(Translation by Dr. Phạm Lưu Giang)

Nguồn. Fall of Saigon – Wikipedia: https://en.wikipedia.org/wiki/Fall_of_Saigon

Cảm nghĩ về thơ Tố Thư

Châu Hà

Ngôn ngữ Việt Nam là một ngôn ngữ có âm điệu phong phú đậm chất thơ và nhạc. Người Việt Nam lại là người giàu tình cảm. Có lẽ vì thế nên dễ yêu thơ và trải lòng qua những vần thơ… Qua dòng lịch sử, chúng ta thấy những nông dân chất phác biểu lộ tình cảm hay hoài bão của mình qua những câu ca dao, những câu hò đối đáp mộc mạc đơn sơ… Chẳng hạn người con gái đang làm ruộng ở ngoài cánh đồng mà thấy người con trai đi trên đường đã ngỏ lời trêu chọc:

"Hỡi anh đi đường cái quan.
Dừng chân đứng lại em than đôi lời".

Với những người may mắn có học thức cao hơn thì trải hồn mình qua những vần thơ chau chuốt hơn, theo đúng vần điệu, niêm luật… như Hồ Xuân Hương, Bà Huyện Thanh Quan, Cao Bá Quát, Nguyễn Công Trứ, Tú Xương, Tản Đà v.v… Hầu hết chúng ta đều biết các vị này do được học ở trường thời trung học.

Trong thời kỳ chiến tranh Quốc - Cộng, Việt nam có những chiến sĩ lăn mình trong lửa đạn. Họ có thể đóng quân ở một tiền đồn xa xôi, đối đầu với địch ở một căn cứ hoả lực hay đang lặn lội hành quân trong rừng sâu núi thẳm…vẫn có những giây phút để hồn rung động, trải lòng mình qua những câu thơ đầy tình cảm con người trong lúc nghỉ ngơi hay đi phép về thăm nhà. Những bài thơ này đã được các nhạc sĩ phổ nhạc… như bài thơ "Còn Một Chút Gì Để Nhớ" của Vũ Hữu Định do Phạm Duy phổ nhạc: "Phố núi cao, phố núi đầy sương. Phố núi cây xanh, trời thấp thật buồn…", hoặc bài thơ "Kỷ Vật" của Chuẩn Nghị, một người lính đã tử trận năm 1969. Trước đó, anh đã có linh cảm thật buồn nhắc đến cái chết của chính mình "Anh trở về, nằm giữa vòng hoa. Những vòng hoa tang, chan hòa nước mắt…". Ý bài thơ cũng đã được nhạc sĩ Phạm Duy phổ nhạc.

Như mọi thanh niên thời chinh chiến, Tố Thư cũng theo tiếng gọi của Tổ Quốc nhập ngũ. Tuổi thanh niên, Tố Thư là một chiến sĩ Hải Quân của Quân Lực Việt Nam Cộng Hòa. Sau ngày quốc nạn, 30/4/1975, trong cuộc sống lưu vong, tác giả vẫn hiên ngang ngửng đầu cao sống, không hổ thẹn là một "chàng trai nước Việt". Thơ của Tố Thư đã diễn tả những cảm xúc cao độ của riêng mình, bàng bạc trong khắp tập thơ những xót xa trong lòng, những ngậm ngùi cho thân phận mình, cho quê hương và tương lai đất nước.

Tập thơ "Mơ Quê" đã biểu lộ nhân cách sống cuả tác giả cùng những tình cảm sâu đậm đối với gia đình, quê hương và dân tộc… Cũng như mọi người sống xa quê hương, tác giả luôn luôn khắc khoải nhớ nhà:

"Nhớ nhà, ai ngủ không mơ?
Trở về quê cũ, kẻ chờ người mong.
Riêng tôi, khắc khoải trong lòng.
Giấc mơ gặp mẹ bên song héo gầy."
(Nhớ Nhà)

Nhớ thương cuộc sống khó khăn của người thân ở lại, tác giả cũng đã gửi quà tiếp tế cho gia đình:

"Con gửi cho ta một chút quà
Trời ơi quý qúa mảnh tình xa"
(Lá Thư Của Mẹ)

Trước vấn nạn của đất nước, Tố Thư gom những vần thơ trong quãng đường dài lưu vong, chuyển gửi cho con em và những người trẻ của thế hệ sau biết được những nhọc nhằn, gian truân, những trăn trở trước vấn nạn của đất nước với ước nguyện "Dân Chủ Hoá và Canh Tân Đất Nước Việt Nam".

"Đừng gục đầu cúi nhận
Chết mà vẫn xiềng gông!
Tại sao mình không đứng?
Để chấm dứt khổ đau!"
(Bỏ Tấm Chăn Nô Lệ)

Khi Ukraine bị Nga xâm lược, tác giả cũng nghĩ đến thân phận của Việt Nam và kêu gọi những người còn quan tâm đến vận mệnh đất nước hãy đồng hành cùng người dân tạo sự thay đổi để mọi người được sống trong một trường tự do, một xã hội công bằng hầu bảo vệ sự toàn vẹn lãnh thổ và canh tân đất nước.

"Hoàng - Trường Sa là đảo của ta.
Phải lấy lại... những gì đã mất."
(Ukraine! Địa Ngục Trần Gian!)

Tác giả ước mong mọi người hãy noi gương Quốc Tổ Hùng Vương và những anh hùng, anh thư để giữ nước... Lẽ nào chúng ta, những người mang dòng máu Việt lại nỡ quên ơn tiên tổ, thờ ơ với đất nước để một ngày nào Việt Nam bị xóa tên trên bản đồ thế giới! Chúng ta và thế hệ trẻ hãy cùng nhau tranh đấu để Việt Nam lật sang trang sử mới: Đó là "xóa bỏ độc tài, xây dựng dân chủ và canh tân đất nước" để toàn dân được sống trong thanh bình thịnh trị và Việt Nam sẽ rạng danh trên thế giới.

"Thế mới biết đấu tranh không phải dễ.
Phải có người không quản ngại gian nan.
Và ước vọng cùng Canh Tân Đất Nước.
Mới có ngày Tổ Quốc được vinh quang."
(Cho Thế Hệ Mai Sau)

Đọc thơ Tố Thư, chúng tôi bị thu hút vào nỗi buồn đầy xót xa vừa cay đắng vừa ngọt ngào và cũng bị thu hút vào nỗi vui mừng đầy hy vọng cho một tương lai đất nước. Chúng tôi mong ước bạn đọc tập thơ "Mơ Quê" sẽ cùng chúng tôi chia xẻ niềm hy vọng và quyết tâm đó với tác giả, nhất là giới trẻ với tâm nhân hậu, với kiến năng tân tiến sẽ góp phần không nhỏ trong nỗ lực "Canh Tân Đất Nước".

Châu Hà

Thoughts about Tố Thư's Poetry

Châu Hà

The Vietnamese language is a language with rich and bold tones, filled with poetry and music. Vietnamese people are rich in affection. Maybe that's why it's easy to love poetry and express feelings through poems... Through history, we see simple farmers expressing their feelings or ambitions through folk songs, simple and rustic chants and responses... For example, a girl was working in the fields and saw a boy walking on the road and teased him:

*"Hey you, walking on the main road.
Stop and stand still so I can say a few words."*

For those who are lucky enough to have higher education, they express their souls through more elaborate poems, following the correct rhymes and rules...such as poets and authors Hồ Xuân Hương, Bà Huyện Thanh Quan, Cao Bá Quát, Nguyễn Công Trứ, Tú Xương, Tản Đà, etc.... Most of us know these people because we studied them in high school.

During the National-Communist civil war, Vietnam had soldiers rolling in fire and bullets. They could be stationed in a remote outpost, confronting the enemy at a fire base or marching in the deep forests and mountains...there are still moments for their souls to vibrate, to express their heart through poems full of human emotions while resting or taking leave to visit home. These poems have been set to music by

Musicians, such as the poem "Something Left to Remember" by Vũ Hữu Định, set to music by Phạm Duy: "The mountain town is high, the mountain town is full of mist. The mountain town is with green trees, the low sky is so sad...," or the poem "Souvenir" by Chuẩn Nghị, a soldier who died in battle in 1969. Before that, he had a sad premonition about his own death: "He returned home, lying in the middle of a wreath. The funeral wreaths, filled with tears..." The poem's meaning was also set to music by musician Phạm Duy.

Like all young men during the time of war, Tố Thư also followed the call of his Fatherland to join the military. As a young man, Tố Thư was a Navy soldier of the Republic of Vietnam Military Forces. After the national disaster on April 30, 1975, in exile, the author was still proud and held his head high, not ashamed to be a "Vietnamese boy." Tố Thư's poems express his high emotions, the sadness in his heart evident throughout the collection of poems—the sadness for his fate, for his homeland and the future of the country.

The collection of poems "Dream of the Homeland" reveals the author's personality and deep feelings for his family, homeland and people. Like everyone living far away from their homeland, the author is always missing home:

"Homesick, who sleeps without dreaming?
Returning to the old hometown, some people wait and others hope.

As for me, my heart is restless.
The dream of meeting my mother by the river is withering."
(Nhớ Nhà – Homesick)

Remembering the difficult lives of relatives left behind, the author sent gifts of support to his family:

"I send you a little gift
Oh my God, a precious piece of love from afar"
(Lá Thư Của Mẹ - Mother's Letter)

Faced with Vietnam's problems, Tố Thư has collected poems during his long journey of exile and is passing them on to the children and young people of the next generation so they can learn about the fatigue, hardships, and concerns about the country's problems with the wish to "Democratize and Reform Vietnam."

"Don't bow your head and accept
Dead but still chained!
Why don't we stand up?
To end suffering!"
(Bỏ Tấm Chăn Nô Lệ - Removing the Slave Blanket)

When Ukraine was invaded by Russia, the author also thought about Vietnam's fate and called on those who still care about the country's destiny to accompany the people to create change so that everyone can live in a free environment, a just society to protect territorial integrity and reform Vietnam.

"Hoàng – Trường Sa are our islands.
We must get back... what we have lost."
(Ukraine! Địa Ngục Trần Gian! – Ukraine! Hell on Earth!)

The author wishes for everyone to follow the examples of the National Ancestors Hung Kings and the heroes and heroines to protect the country... Could it be that we, people who carry the Vietnamese blood, can forget to thank our ancestors and be indifferent to our country so that one day Vietnam will be erased from the world map?! Let us and the younger generation fight together for Vietnam to turn to a new page of history: That is "abolishing dictatorship, building democracy and reforming the country" so that all people can live in peace and prosperity, and Vietnam will make a name for itself in the world.

"That's how we know fighting is not easy.
There must be people who are not afraid of hardships.
And have the same desire to reform the country.
So that one day the Fatherland will be glorious."
(Cho Thế Hệ Mai Sau – For Future Generations)

Reading Tố Thư's poetry, I am drawn into the sadness that is both bitter and sweet, and also drawn into the joy and hope for Vietnam's future. I hope that readers of the poetry collection "Dream of the Homeland" will join me and share that hope and determination with the author, especially young people with kind hearts and advanced skills, who will contribute significantly to the efforts of "Reforming Vietnam."

Châu Hà

(Mrs. Châu Hà, Former Editor of Dan Viet Houston newspaper)

(Translation by Dr. Phạm Lưu Giang)

Những vần thơ chạm tới đáy lòng

Trần Diệu Chân, PhD

Tôi biết anh - người bạn và cũng là người anh, cùng gia đình đáng quý của anh đã hơn 40 năm qua, nhưng mới chỉ khám phá ra gần đây là anh còn nhiều tài văn nghệ khác bên cạnh ngón sáo trầm bổng - rất đặc biệt trong cộng đồng người Việt xa quê hương, mà anh thường cho chúng tôi thưởng thức mỗi dịp bạn bè quần tụ bên nhau, hoặc trong những buổi sinh hoạt cộng đồng có văn nghệ. Sáo Trúc Phạm Thường đã réo rắt cất cao, đem hồn người xa quê phiêu lãng trở về bờ tre, làng cũ của những tháng ngày yêu dấu. Người yêu sáo thì chắc chắn phải yêu thơ và biết làm thơ. Điều đó không có gì lạ vì tôi đã được dịp thưởng thức một số bài thơ của anh, nhưng không ngờ anh còn là tác giả của hai tuyển tập thơ, là con của một nhà thơ, lại còn có cả tài vẽ và viết nhạc rất hay mà tôi mới được thưởng thức năm 2022. Chỉ còn một bộ môn nữa mà tôi không rõ anh có am tường không, đó là đánh cờ; nếu có thì đúng là đủ bộ "Cầm, Kỳ, Thi, Họa".

Nhưng đối với tôi, cái Tài không bằng cái Tâm và Nhân Cách. Anh có đủ cả ba. Từ cách ăn nói, cư xử hòa nhã, có tình với bạn bè; ngọt ngào với vợ, con; khiêm cung, lịch sự với mọi người, anh còn là một nhà hoạt động kiên trì trong đấu tranh cho nhân quyền và cho lẽ phải. Tập thơ Mơ Quê của Tố Thư đã không chỉ nói lên tấm lòng yêu nước thiết tha và yêu gia đình nồng nàn của anh, mà còn làm sáng lên sức mạnh tuyệt vời của những con người Việt Nam yêu nước đó chính là sức mạnh của niềm tin trong sáng, vững chãi như dòng lịch sử chống ngoại xâm hằng nghìn năm của dân tộc.

Mơ Quê cho thấy:
- Những tai ương, khổ nạn, khó khăn triền miên của dân tộc vẫn không thể dập tan niềm hy vọng của anh cho một ngày mai tươi sáng trên dải giang sơn hình chữ S. Tình người, nhân quyền và tự do, dân chủ sẽ xóa tan bóng đen tăm tối của độc tài, độc ác.
- Dẫu xa quê hương hằng vạn dặm trên gần nửa thế kỷ, tấm lòng anh dành cho quê hương Yêu dấu vẫn đau đáu ngày đêm, hết lòng tranh đấu cùng bạn bè, chiến hữu và đồng hương thân hữu để đem lại tự do, no ấm, nhân phẩm cho dân tộc.
- Ở tuổi "thất thập" nhưng vẫn đầy nhựa sống, anh luôn gởi gấm tình thương, sự khích lệ và niềm hy vọng vào giới trẻ Việt Nam ở hải ngoại cũng như quốc nội, rằng họ sẽ tiếp tục con đường dân chủ hóa và canh tân Việt Nam mà thế hệ của anh đang dong duổi nhưng có thể sẽ không hoàn tất.
- Tập thơ đầy tình người của Tố Thư cho thấy người lính hải quân của Quân Lực VNCH năm xưa không hề nuôi dưỡng hận thù, mà đang cùng với những chiến hữu của anh trong Việt Nam Canh Tân Cách Mạng Đảng, bằng con tim và khối óc, đứng lên khép lại trang sử đau thương do độc tài và chủ nghĩa ngoại lai Cộng sản gây nên, và mở ra trang sử mới vinh quang và hạnh phúc cho dân tộc.

Ước mong *Mơ Quê* của Tố Thư - chất chứa những nhớ nhung và ước mơ chung của dân tộc - sẽ sớm thành tựu để đồng bào chúng ta được sống những tháng ngày an lạc như tâm tình của tác giả.

Cả đất nước cùng vui trong hạnh phúc
Giấc "Mơ Quê" tôi nằm xuống an lòng.

Trần Diệu Chân, Ph.D

The verses that touch my heart

Trần Diệu Chân, PhD

I have known To Thu, a friend and brother, and his precious family for more than 40 years, but only recently discovered that he has many other artistic talents besides playing the flute, a very special traditional instrument among the diaspora, when our friends or community get together.

The Pham Thuong Bamboo Flute has been melodiously raised, bringing the wandering souls of people far from home back to the bamboo banks, the old village of their beloved past. People who love the flute must love poetry and know how to write poetry. That's not surprising because I've had the opportunity to enjoy some of his poems, but I didn't expect that he was also the author of two poetry collections, the son of a poet, and also had the talent to draw paintings and write music. I got a chance to listen to one of his beautiful songs in 2022 and instantly fell for it. There is only one more subject that I don't know if To Thu is good at: playing chess. If so, he would have the "perfect" talent (by the traditional standard of the past) for "music, chess, poetry, and painting."

But for me, talent is not as valuable as a giving heart and character. He has all three. You can tell from his way of saying kind words, behaving gently and affectionately with friends, being sweet with his wife and children, and being humble and polite to everyone. To Thu is also a dedicated activist in the fight for human rights and justice.

To Thu's collection of poems, *Mơ Quê: My Dream for*

Vietnam, not only expressed his passionate patriotism and love for his family but also highlighted the wonderful strength of patriotic Vietnamese—that is, the strength of unshaken faith and hope—throughout the nation's history of more than a thousand years of fighting against foreign invaders. *Mơ Quê* shows:

- The relentless difficulties and sufferings in Vietnam still cannot crush his hope for a bright tomorrow in his beloved country stretching in a S-shape along the coast of the Pacific Ocean. Humanity, human rights, freedom, and democracy will one day prevail and dispel the darkness of the current oppressive and cruel regime.
- Even though he was thousands of miles away from his homeland for half a century, his heart for his beloved homeland still ached day and night. He has been wholeheartedly and steadfastly fighting along with his friends in the Viet Tan Reform Party and fellow countrymen to bring freedom, prosperity, and dignity to the nation.
- At the age of "seventy," but still full of vitality, To Thu always sends love, encouragement, and hope to Vietnamese youth abroad and at home, hoping that they will continue on the path of democratization and the reform of Vietnam that our generation is pursuing but may not be able to complete.
- To Thu's collection of poems, which is full of human love, shows that the former navy soldier of the Republic of Vietnam Army did not harbor hatred, but together with his friends in the Vietnam

Reform Party, he stood up with the power of the mind and heart to close the current painful chapter of history caused by the Communist dictatorship and to open a new chapter of glory and happiness for the nation.

I hope To Thu's *My Dream for Vietnam,* which expresses the common memories and popular aspiration for a free Vietnam, will soon be realized so that our people can live peacefully and happily per the author's wishes.

The day our country rejoiced in happiness
With "My Dream for Vietnam," I can then rest in peace.

Trần Diệu Chân, PhD

Tấc lòng gởi Việt Nam của tác giả "Mơ Quê"

Ngô Trọng Đức

"Mơ Quê", không chỉ là một tập thơ mà là một hành trình đầy những trải nghiệm, khát vọng và lòng yêu nước kiên định của một tâm hồn Việt Nam. Bộ sưu tập này, bao gồm thơ, văn, ký sự và nhạc, là sự thủ thỉ của tình riêng lồng trong nỗi nhớ quê hương da diết của tác giả Tố Thư. Được viết bằng ngôn ngữ chân thành và cảm động, "Mơ Quê", dễ dàng chạm đến trái tim của những người Việt Nam phải bỏ nước ra đi gần nửa thế kỷ qua nhưng vẫn mong một ngày đất nước được thoát bóng đêm dài.

Tập thơ nổi bật với việc sử dụng ngôn ngữ giản dị nhưng chân tình. Mỗi bài thơ, mỗi dòng thơ, đều chứa đựng những cảm xúc của nỗi nhớ, tình yêu và tinh thần bất khuất của người Việt Nam. Khả năng truyền đạt những cảm xúc phức tạp bằng những từ ngữ đơn giản là dấu ấn của bộ sưu tập này, khiến nó trở thành như một lời tri ân cảm động của tác giả gởi cho quê hương. Mặc dù "Mơ Quê", là những chia sẻ rất riêng tư của người viết, nhưng các cảm xúc về nỗi nhớ, sự lưu lạc và giữ gìn bản sắc lại là những gì rất chung cho những người tỵ nạn Việt Nam. Bộ sưu tập này là tiếng nói cho vô số cá nhân đã rời bỏ đất nước để tìm kiếm tự do và cuộc sống tốt đẹp hơn, nhưng tình yêu dành cho quê hương, những ký ức thân thương, và ước mơ tương lai cho Việt Nam vẫn là những đốm than hồng ủ kín trong tâm khảm của từng người.

"Mơ Quê", không chỉ là sự nhắc nhớ quá khứ; nó còn

là tiếng kêu gọi cho tương lai. Bộ sưu tập có lập trường rõ ràng về tầm quan trọng của việc đấu tranh cho tự do và dân chủ ở Việt Nam. Sự quyết tâm đấu tranh cho một Việt Nam tự do và canh tân là sợi chỉ xuyên suốt các bài thơ, bài văn, các nhạc phẩm của bộ sưu tập. Ngoài ra, một trong những khía cạnh quan trọng nhất của "Mơ Quê" là lời kêu gọi, khích lệ thế hệ trẻ, giữ gìn và phát huy truyền thống yêu nước, đồng thời tiếp tục con đường đấu tranh cho tự do, dân chủ và nhân quyền cho quê hương. Thông điệp này như một cây cầu giữa quá khứ và tương lai, thúc giục giới trẻ tiếp tục ngọn đuốc của lòng yêu nước và gìn giữ bản sắc Việt Nam trong khi nỗ lực tạo ra một thế giới tốt đẹp hơn. Ở cốt lõi, "Mơ Quê" là trái tim và linh hồn của một người Việt Nam yêu nước. Tình yêu của tác giả Tố Thư dành cho đất nước tỏa sáng qua từng từ ngữ, từng câu thơ, từng lời nhạc. Bộ sưu tập cũng là lời tri ân cho những người đã hy sinh vì đất nước và là lời nhắc nhở về cuộc chiến đấu không ngừng cho công lý và tự do.

Tóm lại, "Mơ Quê" không phải là một tập thơ bình thường; đó là sự thổn thức của một người Việt tỵ nạn, một lời tri ân cho quê hương, một tiếng kêu gọi hành động vì tự do và dân chủ, và là một tâm sự nhắc nhở cho thế hệ trẻ tiếp tục cuộc đấu tranh của thế hệ cha ông cho một Việt Nam tự do và canh tân.

Nếu như người xưa nói rằng "Làm thơ không phải là sự phấn đấu nhất thời mà là tấc lòng gửi vào thiên cổ", thì Mơ Quê chính là tấc lòng của Tố Thư gởi đến quê hương Việt Nam.

The Heartfelt Sentiment to Vietnam by the Author of "Mơ Quê".

Đức Ngô

Dreaming of Homeland.

Duc Ngo

"Mơ Quê" (Dreaming of Homeland) is not just a collection of poems, but a journey filled with experiences, aspirations, and unwavering patriotism of a Vietnamese soul. This collection, which includes poetry, prose, chronicles, and music, is a whisper of personal affection intertwined with the author's intense longing for the homeland. Written in sincere and touching language, "Mơ Quê" easily reaches the hearts of Vietnamese people who, having had to leave their country over nearly the past half-century as refugees, still hold onto the hope for a day when their homeland will emerge from the prolonged darkness.

The poetry collection stands out for its use of simple yet heartfelt language. Each poem, each line, is filled with emotions of longing, love, and the indomitable spirit of the Vietnamese people. The ability to convey complex emotions in simple words is a hallmark of this collection, making it a touching tribute from the author to the homeland. Although "Mơ Quê", shares the very personal experiences of the writer, the emotions of longing, displacement, and preservation of identity are very common among Vietnamese Refugees. This collection can serve as a voice for countless individuals who have left their country in search of freedom and a better life; however, the love for their homeland, treasured memories, and aspirations for Vietnam's future remain as glowing embers in the depths of each person's heart. "Mơ Quê" is not just a reminder of the past; it is also a call to action for the future.

The collection takes a clear stance on the importance of fighting for freedom and democracy in Vietnam. This relentless determination for a free and reformed Vietnam is a thread that runs through the poems, prose, and music of the collection.

Moreover, one of the most important aspects of "Mơ Quê" is the call to action and encouragement for the younger generation to preserve and promote the patriotic tradition, while continuing the struggle for freedom, democracy, and human rights for the homeland. This message serves as a bridge between the past and the future, urging the youth to continue the torch of patriotism and preserve the Vietnamese identity while striving to create a better world.

At its core, "Mơ Quê" is the heart and soul of a patriotic Vietnamese. The love of the author Tố Thư for the country shines through every word, every line of poetry, every note of music. The collection is also a tribute to those who have sacrificed for the country and a reminder of the ongoing fight for justice and freedom.

In summary, "Mơ Quê" is not just an ordinary poetry collection; it is the yearning of a Vietnamese refugee, a tribute to the homeland, a call to action for freedom and democracy, and a heartfelt reminder for the younger generation to continue the struggle of their predecessors for a free and reformed Vietnam.

If it is said that "Poetry is not a momentary struggle but a heartfelt sentiment sent to eternity," then "Mơ Quê" is the heartfelt sentiment of Tố Thư sent to the homeland of Vietnam.

Duc Ngo

Giấc mơ quê...

*Mơ một ngày đất nước được tự do
Cho dân mình không còn lo bị bắt
Sống cho mình, cho đất nước thân yêu
Chứ không thể... **"yêu đảng là yêu nước"** (1)
Đảng cộng sản cướp đi lòng tự trọng
Bắt dân mình nuôi **"đày tớ của dân"**! (2)
Và cứ thế toàn dân làm nô lệ
Gập thân người cũng gần cả trăm năm!
Tôi ao ước ngày dân mình bừng tỉnh
Để đứng lên coi nhẹ những hy sinh
Sẽ chấm dứt bọn độc tài cộng sản!
Có như thế mới thoát vòng nô lệ
Không còn e... dòm ngó lũ công an
Trong giấc ngủ không còn choàng tỉnh dậy!
Để từng ngày cuộc sống được thảnh thơi
Cả đất nước, toàn dân cùng no ấm
Con cháu mình dựng lại được tương lai
Giúp đất nước thoát khỏi vòng kiềm tỏa...
Của ngoại nhân, để đứng vững đôi chân
Không lệ thuộc! **Sức dân mình là chính!**
Dựng lại người, dựng lại cả quê hương
Cho dân tộc thoát con đường tăm tối
Để quê nhà cuộc sống được thảnh thơi
Cả đất nước cùng vui trong hạnh phúc
Giấc "Mơ Quê" tôi nằm xuống an lòng.*

(1) Ai yêu Đảng Cộng Sản thì sống còn yêu nước mà chống Đảng thì chết.
(2) Đảng nói đất nước là của dân (?) Còn Đảng chỉ là đày tớ! Nhưng khi đày tớ cần đất mà dân không đưa thì Đảng bắn (giết). Xem vụ đất Đồng Tâm, Ông Lê Đình Kình.

Homeland dream ...

*I dream of the day when my country is free
So that our people will not be afraid of being arrested
So they can live for themselves, for their beloved country
And not be forced to adopt the slogan ... "love the party is to love the country"
The communist party has robbed us of our self-respect
Forcing our people to feed "the people's servants"!
And thus turning the people into slaves
Bending their body down for almost a century!
I wish that one day our people wake up
To stand tall with self sacrificing without any hesitation
And they will end the communist dictatorial regime!
Only then could we free ourselves from slavery
From being afraid of ... the security police gangs
We would no longer be rudely awakened from our sleep!
We would live each day free of worry
The whole country, all the people shall have a good life
Our descendants shall be free to rebuild their future
And liberate the country from foreign restraint
To stand steady on our own two feet...
No longer dependent on others! Our strength comes from our people!
To rebuild our people, reconstruct our country
To bring the people out of darkness
To let our homeland regain a worry-free fate
The whole nation will find joy and happiness
In my "Dream of Homeland" I find my peaceful sleep.*

(Translation by Linh Chân Brown, PhD)

Mơ Quê

*Nhớ quá quê hương mộng chẳng đầy
Giật mình tỉnh giấc... xác nằm đây
Hồn chưa trở lại còn vương vấn...
Ngọn cỏ đàn trâu luống ruộng cày*

*Gốc rạ trơ xương ngó tháp mây
Mục đồng ngả nón, gác diều dây
Sáo ru mệt mỏi buồn thân trúc
Tiếc mãi hơi rơm sợi khói gầy.*

Dreaming of Homeland

I miss my homeland so, my dream unfulfilled
Awaken with a start... My body is still here
My soul is wandering in a far-away land still ...
Where there is a flock of buffaloes on furrows of rice field

Silhouettes of rice stubbles looking up into the clouds
Cowherds tip their conical hats, holding on to their kite string
The kite's bamboo flute lets out its languid tune
Longing for scent of straw as it burns into thin air

(Translation by Linh Chân Brown, PhD)

Mơ Quê – Tố Thư

Tâm tình với kiến!

Kiến ơi tổ ấy mi đào
Nông sâu cũng ấm, miễn sao cùng bầy
Ta đây trải mấy thu chầy
Quê hương bỏ lại, từng ngày trôi qua
Mẹ ta đó... tuổi đã già...
Cha ta cũng chẳng thể qua tuổi trời
Mi còn có nghĩa ở đời
Biết lo cho tổ, biết đời kiến sau
Riêng ta nào chịu cúi đầu...
Nhưng sao vẫn thấy trước sau thua mày
Cho ta cạn chút tình này
Nguyện trong hơi thở tỏ bày tâm can
Một ngày đất nước Việt Nam
Muôn dân khắp chốn sẽ vang tiếng cười.

Sentimental talk with the ant!

Oh little ant, you dig out your nest
Deep or shallow, it's cosy when you have your group
But for me, many autumns have passed
Had to leave my homeland, and each day
Thinking of my mother... already getting on years...
And my father couldn't live forever
Your life still has meaning
You know how to build your nest, for the next generation
But me, even as I try to keep my chin up...
But I am still losing to you
Let me share some sentiments with you
As long as I have some breath
I pray that one day in my country of Viet Nam
All the people can joyfully laugh out loud freely.

(Translation by Linh Chân Brown, PhD)

Mơ Quê – Tố Thư

Mơ về Quê Mẹ

Đất khách... sống chung kẻ lạ dòng
Xuân xuân, xuân đến chửa lần mong
Chỉ mơ một sớm về quê Mẹ
Dựng lại nương khoai thoả ước lòng.

Ước Xuân...

Tôi ước một ngày được đón xuân
Toàn dân cả nước dẫu xa gần
Gặp nhau chẳng khác gì thân tộc
Cùng mặc cho nhau tấm áo Xuân

Trước ngõ cây nêu đứng đón Xuân
Trong nhà đàn trẻ xúm quây quần
Hai bên Nội, Ngoại cùng cô chú
Tay nhận bao bì... miệng chúc Xuân.

Tranh bìa tập thơ "30 bài thơ Quê Hương và Tình Người"

Hộp cơm trưa

"Trong sở làm, đến giờ ăn trưa... mở hộp cơm ra, chưa kịp ăn bỗng thấy nhớ nhà! Nhìn vào thức ăn lại càng thấy thương dân tộc mình..."

Em hỡi em, thật là... chí tình
Cơm trưa bỏ hộp mình anh ăn
Nào dưa, nào thịt, nào kho mặn
Đủ cả rau tươi, có cả canh

Ước gì được xẻ ngần này thứ
Một nửa quê hương, một nửa mình
Thương quá em ơi, dân tộc Việt...
Mong ngày đất nước được hồi sinh!

Anh biết em cho cả khối tình
Quê hương dân tộc lẫn gia đình
Chỉ mong "nghiệp cả" thành công sớm
Để nước yên vui hưởng thái bình

Hạnh phúc muôn dân... cũng có mình
Tình yêu đất nước lại hồi sinh
Của riêng ta giúp cho con trẻ
Cắp sách đến trường nước hiển vinh.

Mơ Quê – Tố Thư

Tâm sự sáo trúc

Gió trêu chim chích đầu cành
Đu đưa nhành liễu, nhớ đành phận thôi
Trúc ơi non nước ngậm ngùi
Thay ta tiếng hát cất lời nước non
Đừng quên đất nước hãy còn
Trúc xinh, chớ mọc đầu non xứ người
Quê hương đang cuộc đổi đời
"Yến, oanh" đua hót bên trời đau thương!
Làm sao tỏ hết cung tường...
Nốt rơi cung bậc, phím vương mây ngàn
Trúc, ta, tình nghĩa chứa chan
Vì ta trúc hãy vút nghàn đắng cay
Nước non chẳng phải nơi này
Cất cao nỗi uất sẽ lay được trời
Rồi mai qua cuộc đổi đời
Diều cao, trúc sẽ cất lời sáo êm.

(Ttrích tập thơ: 30 Bài Thơ Quê Hương và Tình Người. 1985).

Giấc mơ kháng chiến!

Đất khách, mùa nào cũng thật buồn!
Tết về nhung nhớ lại càng thương
Thương ơi... dân tộc chìm trăm nỗi!
Thương quá những người đang gió sương
Từng đêm nung nấu ngày Quang Phục!
Để nước trăm hoa nở khắp đường
Để mai vàng thắm... tràn khu phố
Để trái dưa xanh được đỏ lòng
Để cho em bé nhìn phong pháo...
Kéo dài... mười sải dưới cành nêu
Để em nghe nổ... hồn ngây ngất...
Chết lặng trong tâm cái Tết nhà.

Sáo trúc Việt Nam, Phạm Thường, trong Đại Nhạc Hội Văn Nghệ Yểm Trợ Kháng Chiến năm 1985 tại thành phố Houston, Texas Hoa Kỳ.

Tự Do và Độc Lập!

*Tôi! Công Dân Nước Việt
Sống nhờ đất nước người
Mới được nói tự do!*

*Như con chim sải cánh
Làm bạn với trời mây
Với rừng xanh, biển rộng
Chẳng cần tìm tự do!*

*Nơi khung trời nước Việt
Hồ Chí Minh bảo rằng...
"không có gí qúy bằng độc lập tự do"
Sao tìm mãi không thấy?
Chỉ thấy đám công an
Chỗ nào cũng trại giam!
Chỗ nào cũng bóng tối
Không tìm ra độc lập
Chẳng tìm thấy tự do!*

*Mới biết đảng đánh lừa
Tự Do làm gì có...
Độc lập...thì cũng không
Dưới chế độ phi nhân!
Tự Do và Độc Lập
Khoảng cách căn nhà giam!*

Nguồn: Daily Mail, 30 April 1975, front page.

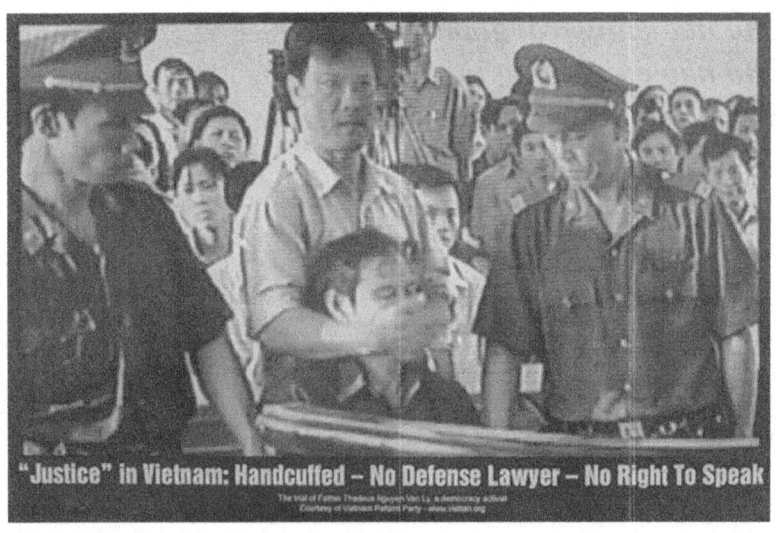

The trial of Father Thadeaus Nguyễn Văn Lý, a Democracy Activist.
Nguồn: Courtesy of Việt Nam Reform Party – viettan.org

Tôi không phải nhà thơ...
"Mượn khí thiêng dân tộc để trải tấm lòng riêng"
---*--

**Tôi không phải nhà thơ
Nhưng không thể làm ngơ...**

Trước đau thương dân tộc
Trước thảm cảnh thuyền nhân
Trước ê chề "cải tạo"
Trước khát vọng Tự Do!
Trước Dân Chủ, Nhân Quyền!
Là con dân nước Việt
Sao lại đành làm ngơ?
Trước những người yêu nước...
Đã đến bờ Tự Do
Họ đã quay về nước
Kháng Chiến Quân "Mặt Trận"
Những Chiến Sĩ Anh Hùng
Hiên ngang về đất mẹ
Để Giải Phóng Quê Hương
Những con người **"Đông Tiến"**
Nay họ đã hy sinh...!
"...Trên đồi núi Nam Lào (1987)
**Chỉ còn cách Việt Nam...
Chừng hai mươi cây số"!**
Máu Anh Hùng đã đổ...
Dựng nên *"Trang Sử Mới"*
Đến từ nơi Hải ngoại
Nhằm chấm dứt độc tài
Để Canh Tân Đất Nước!
Xin tất cả những ai

*MTQGTNGPVN. Chiến Hữu CT. Hoàng Cơ Minh
Sinh hoạt trong Khu Chiến.*

Mơ Quê – Tố Thư

Còn yêu thương dân tộc
Hãy đứng lên tranh đấu
Cho thế hệ mai sau...
**"Sống xứng đáng làm người
Tự Do! Quyền căn bản
Nhân Phẩm phải Tôn Vinh"**
*Đừng ngoảnh mặt làm ngơ
Trước khổ đau đất nước
Trước âm mưu Tàu Cộng
Chúng cướp cả Biển Đông
Ngư dân mình chúng bắn...
Từng bước một xâm lăng!*
**Giá trị của cuộc sống…
Chúng ta cần dựng lại!**
*Đứng lên cùng cứu nước
Chấm dứt mọi độc tài
Chấm dứt kẻ buôn dân
Đừng phó mặc dân mình
Sống cúi đầu tủi nhục!
Dưới chế độ phi nhân!
Nếu mai này đất nước…
Bị Tàu Cộng Xâm Lăng
Làm sao mình cứu kịp?
Hãy mạnh dạn đứng lên
Đừng chờ khi quá muộn
Nên tôi phải làm thơ.*

Ngôi Chùa **Gotokuji tại Tokyo Nhật Bản**, còn gọi là Hào Đức là nơi đã được đặt Bia Tưởng Niệm Các Anh Hùng Đông Tiến vào ngày 5 tháng 8 năm 2018. Đất nước Phù Tang đã là nơi mà nhiều người con yêu của tổ quốc đã dừng chân trước khi trở về đất mẹ trong những năm thập niên 80. Du khách đến Nhật thường ghé vào Chùa và chiêm ngưỡng dấu tích lịch sử của những vị đã vì Tổ Quốc Việt Nam Anh Dũng Hy Sinh.

Hy sinh vì hạnh phúc Toàn Dân

"Tôi theo Phong Trào Yểm Trợ Kháng Chiến, từ khi Mặt Trận được thành hình 1982. Sau đó là Đoàn Viên Mặt Trận Quốc Gia Thống Nhất Giải Phòng Việt Nam và cũng là Đảng Viên của Việt Nam Canh Tân Cách Mạng Đảng, dưới sự Lãnh Đạo của vị Tướng Hải Quân. Phó Đề Đốc Hoàng Cơ Minh. (Ông là Phó Đề Đốc Hải Quân. Tư Lệnh Vùng 2 Duyên Hải 1974". Ông là Vị Chủ Tịch tiên khởi của Mặt Trận và cũng là Chủ Tịch Đảng Việt Tân). Khi ông mở đường "Đông Tiến" trở về nước là vào lúc ông khoảng 46 tuổi. Để bảo vệ đoàn quân và bảo vệ Tổ Chức, Ông và các Chiến hữu Tiên Phong đã tự sát vào ngày 27 tháng 8 năm 1987, khi đoàn Đông Tiến đụng độ với cộng quân cộng sản Việt Nam và Lào Cộng nơi rừng núi Nam Lào khi chỉ còn cách Việt Nam khoảng 20 cây số".

"Trước sự hy sinh cao cả của đoàn quân Đông Tiến, sống vì dân, chết vì nước, làm sao mình có thể ngồi yên"?

Chẳng phải tài cao mới góp phần
Quê hương nước loạn nhẽ nào không?
Tiếp tay, chung sức vì dân tộc
Đóng góp phần mình cho núi sông
Một sớm, mai kia dân hạnh phúc
Để rồi không thẹn với non sông!
Miễn sao... chân bước lòng không ngại
Nước lại vinh quang giống Lạc Hồng.

Nguồn: Bộ hình, Quang Trung trong hồn nước (MTQGTNGPVN) Cầu hiền dựng nước.

Chung lưng vì dân tộc

"Trong đời sống mỗi người đều có cuộc sống khác nhau, nhưng khi đất nước gặp tai ương thì tất cả đều đau khổ và mất mát như nhau!

Xin hãy đem cái đau chung này kết thành một mối. *Đứng lên chấm dứt chế độ độc tài cộng sản Việt Nam để cùng canh tân lại đất nước Việt Nam."*

Hãy cùng nhau dựng lại giấc mơ chung
Việt Nam sẽ thái hòa.

Hãy đứng dậy đi, kẻ trước sau
Nhọc lòng khắc khoải nước càng đau!
Yêu thương đừng để buồn xâu xé
Cắn nát tâm tư dạ héo nhàu

Hãy xóa đau thương, đừng oán hận!
Bật đèn đốt lửa rọi tìm nhau
Chung lưng quyết chí vì dân tộc
Giành lại quê hương nước lại giàu.

Lũy tre xanh bảo vệ làng thôn,
mình phải bảo vệ lũy tre để
cuộc sống được bình an.

Sầu biệt xứ!

Khắc khoải canh thâu, ngẫm trái ngang
Quê hương phút chốc... lệ hai hàng
Con dân một nước... người lưu lạc
Đất mẹ, toàn gia, cảnh tóc tang!

Kẻ ở lao tù... đau nhục quốc! (1)
Người đi... địa ngục nát tâm can! (2)
Trời cao ngăn cách đôi hồn vọng...
Ôm mối sầu tư... xác võ vàng!

(1) *Kẻ ở lao tù đau nhục quốc:* Ý nói những người yêu nước bị chế độ bắt giam tù (TNLT)! Thấy đất nước bị tàn phá mà phải bị bó chân trong bốn bức tường, tay nắm song sắt mà lòng đau quặn!

(2) *Người đi* được hít thở không khí tự do. Nhưng trong tâm vẫn nặng lòng yêu nước, có khác gì phải sống trong địa ngục.

Mơ Quê – Tố Thư

Nhớ bạn

Kể từ ngày nước loạn (30/4)
Tao bỏ nước ra đi
Lang thang nơi xứ lạ!
Mày "Không Quân" ở lại
Tao cứ nghĩ về mày
Cuộc sống giờ ra sao?
Không thể nào quên được
Tình bạn hai đứa mình
Hải, Không... cùng giai điệu
Cho nhau mà không tính
Khó khăn... mà không kể
"Tất cả như phù du"
Tình bạn là trên hết
Tri âm và trí kỷ
Chẳng còn ai hơn mày
Hôm nay nơi xứ lạ...
Tao vẫn nhớ về mày
Thương cho đôi tình bạn
Những ngày sống lao đao!
Đứng lên tìm cây cọ
Vẽ lại một "con Tem"
Mày cho tao thuở nào
Hình ảnh của hai đứa
Lúc nghèo vẫn có nhau
Cuộc đời thật chóng vánh
Bây giờ gần tám mươi
Mà dân mình vẫn khổ?
Vì khát vọng Tự Do!

Lá thư của Mẹ

"Sau khi chiếm trọn miền Nam, Đảng Cộng Sản tiếp tục chính sách cướp đoạt tài sản của dân bằng cách phát động **chiến dịch đổi tiền**! Cả một đời người gầy dựng tài sản cho gia đình nay bỗng dưng trở thành tay trắng! Qúa căm phẫn và uất hận chế độ nên đã có nhiều người nhảy lầu tự tử! Tiếp theo là thuế gạo đánh thật cao và mua lại với giá thật rẻ để đảng xuất cảng ra nước ngoài, lấy tiền nuôi đảng.

Cả nước đói nghèo, thiếu gạo! Đảng kiểm soát người dân bằng chính sách hộ khẩu, một hình thức kiểm soát dân đầy ác độc! Họ cấp thẻ thực phẩm cho từng cá nhân, ai có hộ khẩu thì mới mua được thực phẩm mà ăn, nhưng tất cả vẫn chỉ là giới hạn, nên cả nước phải ăn cơm độn, bo bo, khoai và sắn! Nuốt không vào! Thương gia đình quá, thấy mọi người gởi quà, tôi cũng gởi về cho Mẹ một ít… sau đó nhận được thư của Mẹ… đọc mà mắt mũi cay nồng"!

Con gởi cho ta một chút quà
Trời ơi, qúy quá mảnh tình xa
Nhưng con có hiểu cho lòng mẹ…
Nhận chút riêng tư… tủi phận già!

Cả nước thương đau, nào chỉ mẹ?
Sao đành yên ấm… gởi riêng ta!
Gương xưa, Liệt Nữ còn soi mãi
Chí khí nam nhi, lại thế à?

Cái nhục nước non ai rửa hộ
Làm người thêm thẹn chữ tề gia
Thân trai phải chết trên lưng ngựa…
Đừng để tình riêng trước hận nhà!

Hãy ráng vươn lên, con của mẹ
Thoát vòng bi lụy sẽ nhìn ra
Tại sao dân tộc mình tranh đấu?
Hãy đứng lên đi, để giúp nhà

Chung sức đấu tranh khi ngộ nạn
Chia tình non nước lúc đau thương!

Mơ Quê – Tố Thư

Triệu dân như một đều chân bước
Giải phóng quê hương chẳng khó mà

Có thế mới mong ngày hạnh ngộ
Mới hòng giáp mặt mẹ con ta
Nếu không mãi mãi làm nô lệ!
Nếu muốn Việt Nam được thái hòa.

Độc huyền cầm

Nửa khuya dưới mảnh trăng vàng
Ai kia chưa ngủ... tiếng đàn tình tang
Độc huyền lên tiếng như than...
Nước non rên siết... ai mang nỗi sầu
Độc huyền, tiếng chậm, tiếng mau
Rung tay sợ đứt! Mối sầu còn vương...
Lắng nghe tiếng cuốc đêm trường (1)
Cuốc kêu... đau cuốc sầu thương kém gì!
Độc huyền ai gảy nên chi...
Mong người xót nước mà vì tiếng tơ
Trăng vàng cao quá trơ vơ...
Dương gian chẳng vắng... thờ ơ lại nhiều!
Đêm trường tịch vắng cô liêu
Tình tang, tiếng khóc, thắm nhiều nỗi oan!
Nước non ví được xẻ gan
Ai nghe để cạn cùng mang nỗi niềm...
Tang tình, tiếng độc như điên
Trăng vàng đã khuất... nằm yên giải hà.

(1) Tiếng cuốc đêm trường: Nơi miền Bắc Việt Nam, đa số là nhà nông, nên nhiều gia đình nuôi chim cuốc. Loài chim naỳ có khả năng thông báo mùa màng. Chiều về mà nghe tiếng chim kêu... "quốc, quốc"!. Không khỏi nghĩ đến hoàn cảnh nhiễu nhương của đất nước. "Lắng nghe tiếng cuốc đêm trường" mà xót dạ lòng đau! Tiếng chim như dục lòng ai!

Viên ngói

Mẹ hỡi, con rời quê nhà
Là ngày đất nước phong ba
Con ra đi làm thân viễn xứ
Nơi xứ người khắc khoải ưu tư!
Ngày ra đi... nắng hạ giao mùa...
Xuân vẫn đó, mà lệ tràn đôi mi!

.....
Bước chân đi, hàng cây xanh trước ngõ
Như đứng chờ, nhắc nhở tuổi thơ ngây
Hè năm ấy... tôi còn hay chơi đáo
Dưới tàn cây này, hay gốc me kia...
Dăm ba đứa chúi đầu bên viên ngói
Chia chút tình của tuổi hay quên
Hè năm đó, tưởng chừng như đã mất
Theo tháng ngày tuổi trẻ trôi mau
Dăm ba đứa chen đầu năm xưa ấy
Nay hiện về trong ký ức xa xôi...
Còn đâu nữa, những ngày xưa yêu dấu
Xin cúi đầu vĩnh biệt tuổi thơ ơi...
Viên ngói ấy... ngàn đời sao quên được.

Thân Phận

"30/4/1975 – 85. Mười năm viễn xứ ... từng ngày khóc".

Kẻ ở người đi sống mỏi mòn
Đêm thâu thẹn mặt với nước non
Thân trai nợ nước tình chưa trả
Như gái ơn Cha, hiếu vẫn còn (1)

Ngước mặt nhìn trăng... sao quá xa
Cúi đầu sót dạ nghĩ quê nhà
Mười năm quê cũ bao người khóc
Chẳng nhẽ thôi đành, mặc nước non!

(1) Hiếu vẫn còn: Người con gái khi lập gia đình, đi theo chồng, biết ngày nào mới trả được hiếu mẹ cha.

Tiếng gọi núi sông

Không ra biển...
Mà nghe sóng cồn vang dội
Nỗi kinh hoàng che lấp cả trời xanh
Biển đã mặn, thấm lệ càng thêm mặn
Sóng đã rền, tiếng khóc lại rền hơn
Không ra biển sao thấy xác trôi mù tắp
Lẫn cá kình, biển trắng chẳng còn xanh!
Không ra biển mà nghe vang tầm đạn

Việt Nam ơi! Quê hương tôi
Ôi từng nỗi kinh hoàng!

Chim có tổ, vì đâu lìa khỏi Tổ?
Từng mảnh khăn tang...
Vấn đầu không kịp khóc!
Mẹ Việt Nam, quê hương giờ đã điểm
Triệu triệu người đã gấp giải khăn tang
Quay về Nước, kháng chiến Việt Nam
Chấm dứt bọn nô lệ ngoại bang!
Chẳng im hơi như kẻ quy hàng...
Chẳng để chúng tiếp tục lừa dân tộc
Khắp cả nước, nhà tù đông hơn chợ!
Còn gì đâu mà đổi mới!
Đồng bào ơi đừng ngần ngại đứng lên
Giải phóng Việt Nam, Canh Tân đất Nước
Chỉ có dân mình mới làm được
Quốc Tổ của ta là...
Hùng Vương Dựng Nước!
Còn chúng nó...
Xã Hội Chủ Nghĩa ngoại lai!

Trong một nước làm sao thờ hai Tổ?

Hoà hợp? Không! Hòa giải? Không!
Không tất cả! Hãy cùng nhau tranh đấu
Đến khi nào đất nước được tự do!

Không ra biển sao nghe hồn réo gọi
Đừng sống hèn nơi mảnh đất giàu sang
Áo đang mặc... là của người tất cả
Ân nghĩa này, ta sẽ trả về sau

Còn hiện tại...

Giúp dân mình kháng chiến
Chờ một ngày Giải phóng Việt Nam
Hãy đứng lên, đòi lại Nhân Quyền
Đòi tất cả những gì đã mất!
Trong mọi cảnh mà chúng ta làm được
Để hỗ trợ tinh thần Giải Phóng Quê Hương

Công lao ấy...

Chính là lúc... Nước Việt Huy Hoàng
Đàn Chim Lạc, khắp nơi về lại Tổ.

Nguồn: Copyright © 1998-2024, RFA. Used with the permission of Radio Free Asia, 2025 M St. NW, Suite 300 Washington DC 20036.
Những con tàu vượt biên đi tìm tự do
  "Thuyền Nhân"! Bao nhiêu người đến bờ?
Bao nhiêu người bị sóng đánh cuốn trôi ra biển?
Còn gì đau thương hơn!

Trưng Vương trường của mẹ!

Tôi nghe tin Thái Bình nổi dậy
Chống cường quyền, đánh bật lũ công an
Giữ mảnh đất cha ông còn lại
Tôi nghe đến cả...
Làng Xuân Lộc, Trà Cổ vai kề vai
Chống bạo quyền đàn áp Tôn Giáo!
Cả đất nước... dâng cao... khát vọng!
Đấu tranh đòi "Tự Do, Dân Chủ"
Trong niềm mơ...
Vui đến bàng hoàng
Đàn Chim Việt "tan đàn lạc nghé"
Sẽ đến ngày hội ngộ quan san...
Tôi cùng con đi dưới nắng vàng
Thăm trường cũ "Trưng Vương" bất diệt
Hai mái đầu dưới cái nắng Việt Nam
Hơ huyết nhục tô thắm giống Da Vàng
Và khẽ nói... đây...
Trưng Vương... trường của mẹ
Khí hùng thiêng Liệt Nữ Việt Nam
Chọn cái chết để Vinh Danh Dòng Giống Việt
Con yêu hỡi, Việt Nam ta oanh liệt
Đừng cúi đầu mà thẹn với thời gian.

Nguồn: https://www.thuongmaitruongxua.vn/bai-viet/mai-truong-xa/truong-nu-trung-hoc-trung-vuong-sai-gon-1954-1975.html

Ngắm núi xứ người

San Jose California 1978, trời chiều Bắc California, San Jose khá lạnh, nhớ nhà vô cùng, chẳng muốn làm gì cả, leo lên chiếc xe, mở máy cứ thế chạy, chạy không định hướng, nhưng vô tình, lại đi về hướng **"Half Moon Bay"**, một nơi núi đồi thật đẹp.

Con đường vòng theo núi hướng ra biển trông thật hùng vĩ. Đường núi lên cao, trước mặt là cảnh hoàng hôn tuyệt đẹp, tôi có cảm tưởng "mặt trời" như đôi tay của qủa cầu lửa ôm trọn cả mình lẫn cả vùng núi Half Moon Bay. Đẹp qúa, đẹp tuyệt vời, đẹp đến độ tôi phải tìm chỗ ngừng xe lại để chiêm ngưỡng cái hùng vĩ của tạo hóa! Cái đẹp làm tôi chết lặng trong nỗi nhớ nhà! Bất chợt miệng nhẩm lại bài thơ "Qua Đèo Ngang" của người Nữ sĩ tài hoa, Bà Huyện Thanh Quan... "Thương nhà mỏi miệng cái gia gia".

Bước tới đèo ngang bóng xế tà
Cỏ cây chen lá đá chen hoa
Lom khom dưới núi tiều vài chú
Lác đác bên sông rợ mấy nhà
Nhớ nước đau lòng con quốc quốc
Thương nhà mỏi miệng cái gia gia
Dừng chân đứng lại trời non nước
Một mảnh tình riêng ta với ta.

Hồn người xưa thương nước... Kẻ hậu sinh khát vọng vẫn còn đây! Hoà nhập lời thơ đến lặng người! Mượn ý thơ để trải nỗi lòng.

Chênh chếch non cao đứng ngắm đèo
Cũng hòn non cả đứng cheo leo
Kìa con đường nhỏ mù xa tắp
Nọ giải mây xanh vắt nửa đèo
Chạnh nhớ quê cha lòng héo hắt
Cảnh người chết lặng mãi nhìn theo
Nhưng sao chẳng thấy lòng rung động!
Chỉ thấy trời xa... đá với đèo.

- Xin thắp nén tâm hương để tưởng nhớ đến người xưa.

Một tách trà

Xuân về một tách trà
Lung lay cành mai giả
Ánh vàng... nhắc hồn ta
Cũng hoa vàng, cũng lá
Nhưng nào có thiết tha!

Sót thương người lẫn hoa
Bên dòng đời trăm ngả
Nơi nào hơn quê ta...
Ngõ nào... hơn đất Tổ?
Nén buồn dấu sót sa.

Tự nhủ!

Ấm no cũng đất người ta
Tết thời vui đấy nhưng mà gượng thôi
Nước non vật đổi sao rời
Vô nhân xuất hiện cuộc đời lầm than! *(csVN)*

... Ở... đi...
Nhục cả hai đàng!
Sinh linh tan tác, oán tràn nơi nơi
Biển xanh cướp kẻ ra khơi...
Đất liền giam, hãm lòng người có nhân!

Đường tranh đấu khó muôn phần
Giữ sao đừng để tâm thần đổi thay
Ngước cao, dâng tấc dạ này
Sống cho non nước sẽ lay được trời

Cơm người... ẩm hận sao nguôi...
Làm thân viễn xứ nhiều lời đắng cay!
Nào ai hãn mã gan tày
"Có công mài sắt có ngày nên kim"

... Việc ta... ai hỏi, ai tìm...
Ta đem chữ "đức" làm tin cho đời

Việc ta ai phá, ai cười...
Ta đem "tấc dạ" để người đi chung

Chuyện muôn dân há phải thường
"Như dâu thiên hạ trăm đường khó thay!

Lòng ta phải rạng như ngày
Bóng đêm mới khuất mới xoay được đời

Tâm ta phải rộng biển khơi
Mới mong dứt nghiệp cho đời nở hoa
Giấc mơ chợt hiện thoáng qua…
…

Trắng xanh rạng rỡ sơn hà…
Biểu Trưng dựng nước "Quốc Hoa" rộ trời.

Anh Hùng Dấy Nghiệp
Nguồn: Bộ Ảnh Quang Trung Trong Hồn Nước. MTQGTNGPVN.

Đừng vì thế mà khinh bạc!

Tôi chẳng nói anh kẻ lầm đường
Hãy nhìn Dân Việt để mà thương
Bao nhiêu người khổ đường ly loạn!
Lớp lớp gục đầu nơi cố hương!

Tôi chẳng nói anh kẻ lầm đường
Chung nhau huyết thống cả màu da
Nói cùng ngôn ngữ... ăn bằng đũa
Sống chẳng khác nề, đẻ cùng cha (1)

Tôi chẳng nói anh kẻ lầm đường
Hãy nhìn đất Mẹ để mà thương!
Từ khi giặc Cộng tràn Nam Bắc...
Máu chảy xương rơi khắp nẻo đường!

Tôi chẳng nói! Anh kẻ lầm đường
Khăn tang đất Mẹ trắng như sương!
Khắp đường phố chợ từ Quan Ải
Đến Mũi Cà Mau... thương quá thương!

Tôi chẳng nói anh kẻ lầm đường
Dù anh chối bỏ cả quê hương
Nhưng đừng vì thế mà khinh bạc...
Những kẻ vì dân, dâng máu xương.

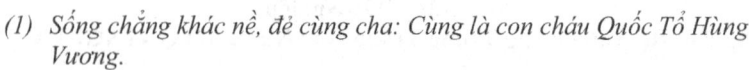

(1) Sống chẳng khác nề, đẻ cùng cha: Cùng là con cháu Quốc Tổ Hùng Vương.

Sinh Hoạt của Mặt Trận trong Khu Chiến

Chiến hữu chủ tịch Hoàng Cơ Minh trong một buổi sinh hoạt tại khu chiến năm 1984

Kháng Chiến Quân trong Khu Chiến

Vận nước!

Cái học ngày xưa cao qúy thay
Nhận câu nhân nghĩa... học điều hay
Gặp khi vận nước, quân cơ loạn!
Lấy học giúp đời, chuyển vận may

Cái học ngày nay thêm nghĩ thẹn...
Nghĩa nhân truyện cổ... nghĩ mà xem
Học khoe tài giỏi mình uyên bác
Học để no lòng, mặc đổi thay!

Hai mươi năm một thế hệ!

Đất nước loạn!
Vui chi mà làm thơ tặng bạn
Ngậm chẳng cùng
Lên "cung oán mà than"
Hai mươi năm nổi trôi đời tị nạn!
Hai mươi năm bọn cộng sản Việt nam
"Khoe khoang thống nhất"...
Cả đất nước tan hoang!

Những tưởng...
Không có gì bằng tự do và độc lập!?
Nhưng thực chất
Chúng cướp cả tự do!
Vẫn dở trò... vô liêm sỉ
Gọi Miền Nam là "ngụy"
Khinh chúng ta, khinh cả đồng bào!

Không đấu tố (?)
Sao Quân Lực Việt Nam Cộng Hòa...
Phải vào "tù cải tạo"!
Bao nhiêu người gục ngã!
Cũng lắm người chẳng có ngày ra!
Từ việc thu vàng đến tịch thu tài sản
Lũ cán bộ gian tham...
Sống huy hoàng trên nỗi khổ "cùng dân"!
Hai mươi năm trôi qua... thật tàn khốc!
Cả đất nước sống chung nhà tù lớn!
Tội chưa ghi, thế còn tuổi trẻ?
Sao lại phải lang thang?

Bán vé số khắp đường, hay làm phu khuân vác!
Thế hệ mới được gì nơi đảng?
Hai mươi năm rồi! Một tài sản:
Đi Hoang và trộm cướp!
Trí tuệ hao mòn!
Riêng đảng, ngồi khoe công trạng
Đánh Mỹ, đuổi Tây, theo Tàu…
Cả nước nối đuôi nhau tụt hậu!
Đảng say xưa ôm con đường…
"Xã Hội Chủ Nghĩa"
Lại cúi đầu lạy Mỹ, lạy Tây
Hai mươi năm thi nhau chửi "ngụy"
Giờ muối mặt… gọi "ngụy" bằng anh
Xin "chất xám" đem về lo kinh tế!
Hai mươi năm trôi qua… quê nhà thật tệ!
Hai mươi năm trôi qua, mất đi một thế hệ!
Trong ngoài nước… khác xa… thậm tệ!
Dưới tay đảng, củ khoai… cũng thành đá!

Francoise Demulder/AFP/GETTY IMAGES.
Two Vietnamese women mourn their relatives April 29, 1975 at Bien Hoa military cemetery as the U.S. started to evacuate their embassy in Saigon, ending the U.S.'s 15-year involvement in Vietnam.

Nguồn: https://www.cbsnews.com/pictures/fall-of-saigon-vietnam-anniversary/

Tấm Gương Liệt Nữ

Lễ kỷ niệm: 06/3A.L.

Hôm nay ngày Lễ Hai Bà
Các con sửa soạn cùng ta lên Chùa
Đặt hoa ngưỡng mộ người xưa
Trưng Trắc Trưng Nhị... tiếng chưa phai mờ
Thù chồng vì nước dựng Cờ
Nợ đền ơn trả, chẳng nhờ tay ai
Quân Đông Hán phải chạy dài
Một tay Nữ Tướng phá đài giặc kinh
Sau cô thế phải liều mình
Gieo thân Sông Hát... tuẫn mình, tuổi hoa!
Biết không con, chuyện nước nhà
Nữ nhi Quốc biến cũng là trượng phu
Ngày nay vận nước sa mù!
Quê hương tan tác! Sĩ phu chạy dài!
Các con nay sống nước ngoài
Cố công tu học thành tài mai sau
Dù nơi đây đất họ giàu
Đừng quên quê mẹ bể dâu từng ngày!
Nuôi chí lớn, nhận đắng cay...
Ta về giúp nước có ngày vinh quang
Giầu sang dù có chẳng màng...
Tiếng thơm mới qúy ... chứ sang khó gì?
Làm người tai nạn lắm khi
Anh Hùng ngộ nạn đời ghi tạc lòng!
Ngại gì cách trở núi sông
Nuôi trong ý chí "ta Dòng Giống Tiên"
Quê hương đất Việt ba Miền
Bắc, Trung, Nam, vững lời nguyền núi sông

Dù thân phận gái má hồng
Cũng vì dân nước một lòng xẻ chia

Ngàn năm lịch sử còn kia
Giặc Tàu táng đởm còn bia miệng đời!
Do lòng yêu nước con ơi
Tấm Gương Nữ Liệt tiếng đời lưu danh
Mê Linh Sông Hát sử xanh
Đúc voi tạc tượng, rạng danh Hai Bà
Đấy dòng nhân kiệt nước ta
Thôi mau lên nhé kẻo mà trời mưa
Lên Chùa lạy Phật khấn thưa...
Đặt hoa, nguyện nối... tiết xưa Hai Bà
Nguyện đem sở học tài ba
Giúp dân, giúp nước quê ta rạng ngời
Tuổi ta sống thác do trời
Chết nơi đất lạ ngậm ngùi lắm thay!
Các con ạ... chốn nơi này
Là nơi tá túc đợi ngày hồi hương
Quê ta là nước Việt Thường
Vang danh kim cổ, rạng ngời Trưng Vương.

(Bài thơ này đã được đọc trong
ngày Tưởng Niệm Hai Bà, 6/2
Âm Lịch, tại Đền Thờ Bà Tháp.
Thành phố Houston, Texas,
năm 1987).

Anh Thư Trưng Triệu

Nguồn: *Anh Hùng Nước Tôi*
Mặt Trận Quốc Gia Thống Nhất Giải Phóng Vệt Nam.

Hưng Đạo Vương
Trần Quốc Tuấn (1284)

Lễ kỷ niệm: 20/8A.L.

Giặc Mông Cổ! Xâm lăng nước Việt!
Khí thế hung tàn, nhà tan đất trống!
Trước thế giặc! **Vương** *phải lui quân*
Về Vạn Kiếp tìm phương đuổi giặc
Vua Nhân Tông thương Dân lo sợ!
Hưng Đão Vương, lập nguyện trước Vua
"Nếu Bệ Hạ muốn hàng…
Xin hãy chém đầu thần trước đã"
Kẻ xâm lăng coi thường Dân Việt
Nhưng đâu ngờ khí thế toàn dân
Thấy quân giặc tràn vào… giết sạch
Giặc Thoát Hoan, tan hàng tháo chạy
Ôm cái nhục của kẻ xâm lăng
Toa Đô tử trận! Chúng hận ta!
Quyết rửa thù, quay đầu trở lại **(lần thứ 3)**
Trước sức mạnh toàn dân kháng chiến
Chúng mở đường tháo chạy lấy thân
Hưng Đạo Vương cơ mưu lập trận
Sông Bạch Đằng… cọc nhọn đóng sâu
Thích "Sát Thát" không hàng quân giặc **(1)**
Máu Xâm lăng, nhuộm thắm dòng song!
Bạch Đằng Giang vang danh chiến sử
Chống kẻ thù! Sách Sử Ngàn Năm.

---

(1) Thích:Nghĩa là "xâm mình" "Tattoo" vào da bằng mực đen., hai chữ Thát Đát (chống giặc Mông Cổ)
(Bài thơ này đã được xướng đọc trong ngày Tưởng Niệm Đức Trần Hưng Đạo, ngày 01/10/2023, tại Đền Bà Tháp. Houston, Texas. 2023).

Anh Hùng Trần Quốc Tuấn

Nguồn: *Anh Hùng Nước Tôi*. Cơ sở Việt Tân xuất bản.

Quang Trung Trong Hồn Nước.

Nhìn bức ảnh hiên ngang, với đôi mắt sáng, biểu hiện ý chí sắt đá của một vị Vua vì Dân, vì Nước chống Tàu xâm lược. Tôi đã gói gọn đôi vần thơ đặt trong tranh để Xiển Dương Vị Anh Hùng Dân Tôc.

Bức ảnh này đã được bán đấu gía trong ngày tổ chức
"Bữa Cơm Yểm Trợ Quốc Nội", tại thành phố Houston
Nguồn: Mặt Trận Quốc Gia Thống Nhất Giải Phóng Việt Nam ấn hành

Bắc Bình Vương Nguyễn Huệ Quang Trung Hoàng Đế

(đuổi quân Tàu xâm lược-1788)
Lễ kỷ niệm: 29/7A.L.

Vua quân cùng toàn dân quyết tử
Sau năm ngày đuổi bọn giặc ngoại xâm
Hứa Thế Hanh, tướng Tàu tử trận
Sầm Nghi Đống
Kinh hoàng cổ treo tự vận!
Tôn Sĩ Nghị... bạt hồn...
Trước lòng yêu nước Dân Nam
Vất Ấn Tín
Bỏ áo giáp... nằm nhơ trên đất Việt
Chạy lấy người...
Quên cả đoàn quân xâm lược mang theo
Hai mươi vạn Quân Thanh
Vùi thây trên sông Nhị!
Máu quân thù nhuộm đỏ cả dòng sông!
Tô đậm nét sử xanh dòng Lạc Việt.

Những ngày Xuân buồn!

Nhớ ngày nào con ngồi bên mẹ
Nhặt quít hồng xếp gọn đầy mâm
Con giúp mẹ đem Lư đồng ra đánh
Bát hương vòng... thổi bụi chờ xuân
Nghe mẹ nói những lần xuân đến
Mẹ rất buồn vì thiếu người thân!
Con chợt nhớ anh con đi lính...
Chẳng xuân nào góp mặt mừng xuân!
Mẹ nói... thế rồi nghĩ xa gần...
Tay xoa nhẹ chiếc bánh chưng xanh!
Miệng lâm râm, cầu xin Đức Phật
Độ chúng con... dân sống an lành
Ngày một ngày hai, trôi qua nhanh
Con bên này ra sức đấu tranh
Và cứ thế hẹn lần hẹn mãi
Để Mẹ chờ... Cha đợi mòn trông...
Con vẫn mải... tha phương biệt xứ
Nợ quê nhà vẫn đợi từng canh!
Chuyện đất nước còn trong cái nghiệp
Mà tuổi đời... có đợi thời gian?
Bỗng một sáng được tin sét đánh!
Cha Mẹ già... cánh hạc bay cao!
Cao xanh, hỡi, cao xanh có thấu
Sao đời người... chịu lắm đắng cay...
Xuân đã vắng mà ngày Tang cũng biệt!
Làm sao diễn tả nỗi đau này...
Hiếu để! Để đâu... sẽ ở đâu?
Cúi lặng... gặp người... xin Trời Phật
Độ Mẹ Cha con... về Cõi Niết Bàn.

*Ngày Giỗ Cha Mẹ tại Chùa Linh Sơn – Houston
Chắt nội của Ông Bà đang cắm hương thờ hai Cụ*

Bức ảnh Cha tôi!

Chân dung Bố tôi, vẽ bằng bút chì khi đang lênh đênh trên biển đi tìm tự do, trên chiếc Dương Vận Hạm HQ. 502/HQVN/QLVNCH – 30/4/1975. Mười năm sau thì nhận được tấm ảnh thật của Bố tôi (kèm bên góc trái của hình)

Nhận được ảnh Cha chẳng rõ người
Lòng con đau xót, dạ khôn nguôi!
Chẳng tin vào mắt... rằng Cha thực
Cố móc trong tâm một nét cười...

Nhưng vẫn hồ nghi... dù đã phải
Giật mình! Cha đó mặt kém tươi
Mười năm đâu nhẽ nào... như thế!
Đã bắt già nua... lại cấm cười.

Ngày Giỗ Bố!

*Hồi tưởng lại ngày **30/4/1975**. Ngày đen tối nhất của Dân Tộc Việt Nam! Trên chuyến tàu Hải Quân Việt Nam. HQ.502, đi tìm tự do lênh đênh trên biển, nhớ nước, nhớ nhà, buồn vô tận! Ngước mặt nhìn trời mà nước mắt cứ trào ra! Nghĩ về gia đình, bất chợt, ngó quanh thấy một mẩu bút chì gẫy rớt trên sàn tàu, tôi nhặt lên và đi tìm một mảnh giấy, chọn một góc ngồi cho tâm bớt dao động vẽ vội bức ảnh của Bố theo trí nhớ của mình. Mười năm sau thì nhận được tấm ảnh thật của Bố gởi cho... buồn ơi là buồn! Thời gian miệt mài trôi qua và Cụ tôi đã mất vào năm 2003, hưởng thượng thọ 85 tuổi, tại Việt Nam. Ngày Cụ mất, tôi đã vắng mặt, không thể về để đưa Tang Bố đến nơi an nghỉ cuối cùng.*

Cụ là Nhà Thơ Tố Thư và tôi đã lấy Bút Hiệu của Cụ làm bút hiệu cho mình để luôn luôn nghĩ rằng… có Bố bên cạnh.

Mơ Quê – Tố Thư

Cha khóc con!

(Khi hay tin người anh cả của tôi mất! Bố tôi đã chết lặng người, ra vào trầm ngâm! Trong đêm khuya Cụ đã viết bài thơ khóc con này, năm 1970.)

Hỡi con xa cách... có biết đâu
Ba ngồi, Ba khóc đã bao lâu
Đèn khuya soi bóng, đêm càng tối!
Tim nấu, cắm canh, trống dục mau
Sầu thảm... ví chăng bằng núi Tản!
Sum vầy chi nữa! Có mai sau?
Biết bao cay đắng, bao thương nhớ..
Mấy lúc mà ai chẳng bạc đầu!

Tưởng con, trông ra... gió đập mành
Năm canh thương xót... tuổi đầu xanh (1)
Lao đao thân thế vòng danh lợi
Lỡ bước, sa chân, bởi gãy cành
Ngơ ngác, đàn cháu... còn thơ dại!
Ngậm ngùi đầu bạc... thức thâu canh
Cái đêm đất khách sao dài thế! (2)
Cầu xin Trời Phật được phúc lành.

(1) Anh là con trưởng trong gia đình. Tốt nghiệp ngành Nông Lâm (thập niên 60). Được bổ nhiệm, trông coi Dinh Điền, Tỉnh Phước Thành. Sau đó vào Thủ Đức, ngành Tâm Lý Chiến. Trên đường đi Công Vụ về thì bị tai nạn xe hơi! Vinh thăng Trung Úy. Sĩ Quan Quân Lực Việt Nam Cộng Hòa, để lại Vợ và 4 cháu gái. Hướng Dương 33 tuổi, mất tại Thành Phố Đà Nẵng ngày 24/1/1970 (Canh Tuất).

(2) Cái đêm "đất khách", ý nói là miền Nam vẫn chỉ là nơi ở tạm, đợi ngày về lại quê Bắc. (gia đình di cư vào Nam tìm tự do năm 1954), Cụ luôn mong một ngày không còn cộng sản thì gia đình sẽ lại trở về quê Bắc. Thương con, gẫy gánh nửa đường! Nên Cụ đã làm bài thơ khóc con! **Ai mất con mới hiểu được nỗi đau của bậc Cha Mẹ! Đọc lại bài thơ tôi cũng đã khóc theo từng chữ của bài thơ. Thương Cha, thương Mẹ vô cùng... "Tưởng con trông ra... gió đập mành".**

(Bài thơ này của Thi sĩ Tố Thư. Cụ thân sinh ra tôi. Sài Gòn Việt Nam 1970)

Điếu Văn Khóc Mẹ!

"*Điếu văn khóc Mẹ. 29/6/2011, năm Tân Mão.*
Bố tôi viết Điếu Văn này cho chúng tôi để đề phòng khi Mẹ tôi mất. Ai ngờ bài Điếu Văn lại là một điềm tiên báo. Bố đã "cánh Hạc" bay cao trước Mẹ! (Cụ tôi mất năm 2003 tức ngày 07/10/Qúy Mùi, hưởng thọ 85t và Mẹ tôi Quy Tiên năm 2011, tức ngày 29/6/năm Tân Mão hưởng thọ 95t). Đọc Điếu Văn mới hiểu được tình thương của Bố đã dành cho Mẹ. Bố yêu thương Mẹ và các con biết dường nào! Hơn tất cả mọi tình yêu thương trên cõi đời này! Trong khi chúng tôi thì vẫn quay tít như con vụ (cù), mải mê với vật chất, nên thường làm cho Cha Mẹ buồn lòng mà không biết".

Chúng con xin tạ ơn Bố.

Than ôi!

Đời hư ảo, phù vân hết thảy
Cuộc Nhân Sinh, nước chảy qua cầu
Đất trời, quán trọ khác đâu?
Thế gian muôn thuở, chuỗi sầu lê thê
Sống là khách xa quê gian khổ
Thác là về đất tổ quê cha!
Nhưng tình Mẫu Tử thiết tha
Sinh ly, tử biệt, xót sa vô ngần!
Siết nỗi nhớ, Mẫu Thân từ hậu
Bậc nữ lưu gương mẫu cho đời
Thành tâm sớm tối Đạo Trời
Hết lòng kính Phật, yêu đời hẳn hoi
Việc gia đình trông coi định đoạt
Hết mọi điều, tháo vát đảm đang
Ở, ăn, một tấm lòng vàng
Khiến cho trong họ, ngoài làng mến yêu
Giúp chồng con, mọi điều chu đáo
Nuôi dạy con đúng đạo làm người
Gái trai, hiền đức xinh tươi

Nghi gia, nghi thất, nên người hiền lương
Những mong... Mẹ thọ trường thêm mãi
Để chúng con đền lại ân sâu
Ngờ đâu Ý Phật nhiệm mầu
Mẹ đi để lại chuỗi sầu mông mênh!
Tưởng nhớ mẹ, công sinh trời biển
Lòng chúng con không thể nào nguôi
Nhìn Trời đôi mắt lệ đầy
Nỗi lòng thương Mẹ lòng ngây ngất sầu
Khi mất Mẹ... lòng đau khôn tả
Lệ hai hàng lã chã tuôn rơi!
Thương Mẹ, thương mãi, trọn đời nhớ thương
Mẹ trên cõi Niết Bàn... Xin đoái...
Thấu tình cho con cái trần gian
Khóc thương Mẹ những điều chân thật
Từ đáy lòng thổn thức phát ra
Khi kia đau đớn mất Cha
Ngày nay mất Mẹ thật là quá đau!
Chúng con nguyện cùng nhau hết sức
Noi theo đường nhân đức Mẹ Cha
Mai sau được họp một nhà
Có Cha, có Mẹ toàn gia muôn đời
Trần gian... nghìn lạy... Mẹ ơi!

Cúi lạy Hương Linh Cha Mẹ nơi cõi Niết Bàn, linh thiêng về che chở cho chúng con và các cháu. Chân cứng đá mềm, vượt mọi chông gai, thoát vòng kềm tỏa nơi cõi Vô Thường. (Bài thơ của Cụ thân sinh ra tôi, nhà thơ Tố Thư).

Bái yết

Nén hương này con xin dâng Bố Mẹ

Không biết… mắt con cay…
Hay ngọn nến Bàn Thờ lung lay

Nén hương này con xin dâng Bố Mẹ
Thấu lòng con mà tha thứ chúng con.

Xin Mẹ Cha, tha tội chúng con
Nam mô A-Di-Đà Phật.

Mừng Ông Bà vui bên... đàn cháu

Trúc cao trăm đốt
Ngó xuống vườn Mai
Bốn trai hai gái
Tất cả an bài
Chồng vợ, vợ chồng
Phúc lộc chia hai

Trúc cao trăm đốt
Ngó xuống vườn mai
Tất cả an bài
Cháu nội con trai
Chắt ngoại con trai
Thân trúc vươn dài
Nội, Ngoại gái trai
Hai vai toàn cháu.

Nhân ngày Giỗ Bà...
chúc thọ Mẹ Cha

Tháng tám, Trung Thu ngày húy Bà
Được tin giòng họ khắp gần xa
Bắc Nam đông đủ người xum họp
Em Thưởng nhân cơ hiếu Mẹ Cha

Tự Thán...

Xúc động hoàng hôn bóng xế tà
Làm sao nói hết nỗi lòng ta
Cha sinh Mẹ đẻ ... công cù dưỡng
Kiếp kiếp luân hồi trả hết đa

Chúc Thọ Mẹ Cha...

Cúi lạy Trời cao với Đất già
Phúc ban Cha Mẹ tuổi trường sa
Ngày mai con cháu về sum họp
Nhận đánh ngàn roi... xin thứ tha

Đa tạ bà con...

Hải ngoại chúng tôi chúc cả nhà
Bà con, tất cả, nạn tai qua
Chúng tôi tạc dạ công thăm hỏi
Cha Mẹ chúng tôi lúc tuổi già.

Ai Điếu!
Chiến hữu Phạm Duy Tùng

Chiến hữu ơi...u hu, ai tai!
Chiên hữu ra đi! Hẹn ước từ bao giờ
Người ở lại, dạt dào thương nhớ
Chiến hữu ra đi! Tổ Quốc thiệt thòi...
Vắng đi một tấm lòng hy sinh, chịu đựng!
Đất nước hôm nay...
Đang cần những tấm lòng như chiến hữu
Chia xẻ nỗi đau! Chung vai tranh đấu
"Tình chiến hữu"... Trung Nam" đều biết
Một Đảng Viên ôn hòa, tánh tình hào kiệt
Quên tuổi già sánh bước với anh em
Cái cao cả là: kiên trì, hòa nhã
Góp trí, dựng người, xây tình chiến hữu
Công chiến hữu là những ân tình để lại
Cho những người lý tưởng noi theo
Để hoàn tất hai con đường đã vạch...
Giải phóng Việt Nam, Canh Tân đất nước
Trên chuyến xe... chiến hữu tâm tình khẽ nói...
Mong một ngày được thấy lại quê hương!
Nay đại cuộc... gần kề
Sao chiến hữu vội về... nơi Tịnh Độ
Chiến hữu đã ra người thiên cổ!
Mắt nhắm nghiền an giấc ngàn thu
Chiên hữu ơi! Âm dương cách trở
Khuất bóng từ nhân, cây tùng nghiêng đổ!
Chiến hữu ra đi để lại bao thương nhớ
Bác Gái, các con, Dâu, Rể...

Cháu chắt não nề buồn thương thống thiết!
Trông di ảnh lệ chứa đôi hàng
Trước linh sàng mấy hàng Ai Cáo!
"Cầu thăng Linh tọa"...
Hương Linh chiến hữu về nơi cõi Niết Bàn!
Hưởng Ơn Trời, Lộc Phật
Tiêu giao trong gió sớm mây ngàn
Xin chiến hữu linh thiêng
Phù trì Bác gái, các con cùng các cháu
Và đồng bào hải ngoại kiên gan bền chí
Hoàn thành ước nguyện Tự Do cho đất nước
Cho các Chiến Hữu... trong ngoài Tổ Chức
Việt Nam Canh Tân và Mặt Trận
Chân cứng đá mềm, hoàn thành lý tưởng...
Giải Phóng Việt Nam, Canh Tân Đất Nước.

Bái yết.

Phái Đoàn Mặt Trận tại Houston (1992), công tác sinh hoạt tại thành phố Tulsa. Chiến hữu Phạm Duy Tùng (bên trái) và phái đoàn, sau đó đã cùng nhau đi Viếng mộ Chiến hữu cao niên "Cụ" Nguyễn Huê Hùng đã qua đời. Nhiều người sống trong thành phố đều biết Cụ là một người Việt Nam tị nạn Cộng Sản có lý tưởng sống cho quê hương. Cụ là người có vườn rau "Yểm Trợ Kháng Chiến". Một nét thật đặc biệt và cả thành phố Tulsa khó quên, đó là Cụ Nguyễn Huê Hùng đã không nề hà tuổi già, hàng ngày vẫn đi lượm thêm lon nhôm, như: Bia, Coca... v.v... đem bán để có thêm tiền Yểm Trợ Kháng Chiến! Vào một buổi chiều đông tuyết giá, Cụ Nguyễn Huê Hùng ra thăm vườn rau và sau đó Cụ đã mất, trong khu vườn của Cụ.

Xin Chiến hữu an giấc ngàn thu. Lý tưởng yêu quê hương đất nước của Hai Chiến hữu đã đi vào lòng dân tộc.

Phù Đổng

Mảnh trăng nằm xa tít
Cúi nhìn khắp thế gian
Dừng chân khung trời Việt
Lặng buồn... buông tiếng than!

Bao ngàn năm lịch sử
Tiếng anh hùng vang vang
Nhẽ đâu giờ lại thế...
Sao cúi đầu than van!

Việt Nam hỡi Việt Nam
Vươn vai mà đứng dậy
Đừng cậy nhờ nơi ai
Ngày mai sẽ không có!

Gậy trúc chẳng thể hay...
Ngựa đồng không thể cưỡi
Trong cái tâm kỳ vọng!
Hay cúi đầu than van!

Hãy vươn vai đứng dậy
Cầm ước vọng trong tay
Quật ngay chân lũ đảng (csVN)
Phù Đổng tại tâm can.

Ước Xuân...

Tôi ước một ngày được đón Xuân
Toàn dân cả nước dẫu xa gần
Gặp nhau chẳng khác gì thân tộc
Cùng mặc cho nhau tấm áo Xuân

Trước ngõ, cành nêu đứng đón Xuân
Trong nhà, đàn trẻ xúm quây quần
Ông Bà: Nội, Ngoại, cùng cô chú...
Tay nhận bao bì... miệng chúc Xuân.

Ngước mặt với trời Nam

Đọc Lịch Sử Nước Nam
Ngàn năm Giòng Lạc Việt
Máu Tổ Quốc trong tim
Nuôi tâm, gìn xã tắc
Sóng Bạch Đằng còn vang
Dâng cao hồn bất khuất
Trang Sử Việt Oai Hùng
*Ngàn đời dân giữ nước!
Từ: Ải đầu, Nam Quan
Đến tận Mũi Cà Mau
Một "bụi đất" không mất
Chẳng rơi vào tay giặc
Hãnh diện mãi trời Nam!

Nhưng từ ngày Cộng Sản
Cai trị nước Việt Nam
Đất Biển của Tổ Tiên
Mất dần về Tàu Cộng!
Ao nhà chúng lộng hoành
Ngư dân mình ra biển
Nó bắn giết thẳng tay!
Xác thân vùi bụng cá
Sóng cả... ghì hồn oan...
Ôi! Cộng sản Việt Nam
Theo Tàu giết dân tộc!

Quốc Tổ ơi! Cứu chúng con!
Đảng Cộng Sản u mê
Với dân thì ức hiếp
Với Tàu lại sợ run!

Cổ đeo mười sáu chữ (1)
Nô lệ Tàu bốn câu *(2)*
Chuỗi hạt dài lê thê (3)
Đầu cổ không ngửng được!
Mặc dân mình chết oan!

Hỡi đồng bào Việt Nam
Khắp nơi: Trong ngoài nước
Chung lưng vì nghĩa cả
Yểm trợ người đấu tranh
Hoàn thành "Cơ Nghiệp Tổ"
Dựng lại mái nhà chung
Tự do và hạnh phúc
Một Việt Nam đổi mới
Ngước mặt với trời Nam.

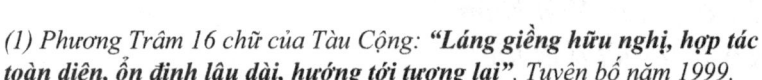

(1) Phương Trâm 16 chữ của Tàu Cộng: ***"Láng giềng hữu nghị, hợp tác toàn diện, ổn định lâu dài, hướng tới tương lai".*** *Tuyên bố năm 1999.*

(2) 4 tốt: ***"Láng giềng tốt, bạn bè tốt, đồng chí tốt, đối tác tốt".*** *Vậy mà đất của Việt Nam họ chiếm! Cắm lại Cột Mốc, mất cả chục ngàn cây số vuông! Bản Giốc không còn nguyên vẹn. Ải Nam Quan cũng mất và Biển Đông, chúng tung hoành! Hoàng Sa cũng bị Tàu Cộng chiếm đoạt kể từ ngày 19/1/1974! Đến nay đã 50 năm rồi.*

Lá sầu đông

Bên kia dòng sông…
Người yêu ơi em hãy đợi ngày anh về…
Để cùng nhặt lá sầu đông
Hay bông cỏ may
Còn vương vấn chân em ngày nào
Hai chúng mình còn tung tăng
Trên cánh đồng lúa vàng
Ôi bông lúa… đời dân tôi
Em còn nhớ
Một chiều đông mưa phùn
Bụi mưa giăng trên áo…
Mà lòng tràn yêu thương

Em còn nhớ ngày năm tư đau buồn
Cộng sản về… Hà Nội bị tiếp thu!
Cả đất Bắc tan hoang như đàn ong vỡ tổ
Từng thôn làng…
Đom đóm chít khăn tang!
Bọn công an nhiều như ma đói
Chúng vào nhà bắt mẹ, lôi cha
Lôi vợ, lôi con đem ra đấu tố!
Mảnh đất màu…
Nhuộm đỏ máu Việt Nam!
Đồng bào ơi, hãy quay đầu nhìn lại
Chế độ này…
Không phải là chính phủ của ta
Họ bán nước buôn dân, tâm ác độc!
Thật đau buồn cho tổ quốc Việt nam!

Bên kia dòng sông
Người yêu ơi em hãy đợi
Ngày anh về…
Ngày Kháng Chiến thành công
Cùng toàn dân hân hoan lập trang sử mới
Dựng lại nhà
Dựng lại cả Tổ Quốc Việt Nam
Một đất nước Tự Do, dân giàu nước mạnh
Và chúng mình được hạnh phúc bên nhau
Bên Mẹ, bên em, bên đàn trẻ nhỏ
Xem chúng đùa… tìm nhặt lá sầu đông.

Đảng Cộng Sản Việt Nam. Hồ Chí Minh tiếp thu Hà Nội năm 1954

Nguồn: https://www.rfa.org/vietnamese/news/programs/ReadingBlogs/brutalities-of-the-past-tq-09272011134749.html

Nguồn: https://baomai.blogspot.com/2014/09/truong-chinh-au-to-me.html

Dân tộc tôi, cha mẹ chúng tôi có tội tình gì mà đem ra đấu tố!?

Con Vụ...

"Thuở bé đánh cù (con vụ), ráng quất cho nó quay, vì sợ nó đổ nên cứ quất kẻo thua bạn. Khi lớn lên ráng chạy kẻo thua người và cứ thế cuộc đời cứ xoay vòng theo nhịp sống, khác chi con vụ! Hạnh phúc cũng đây mà khổ cũng đây! "Giữa mộng và thực, bánh xe Vô Thường vẫn quay".

Cuộc đời như con vụ
Quay tít giữa trần gian
Khéo quay tùy người quất
Nghiêng nghiêng lại xoay xoay
Lúc quay lúc như ngừng
Lên cao rồi xuống thấp
Có lúc lại vụt quay...
Hạnh phúc như trước mặt
Tưởng rằng chẳng thể lay
Có lúc như ngừng quay
Giật mình... ôi giấc mộng!
Nhưng đời kia vẫn quay.

Tạo nghiệp!

Hãy đừng như con vụ
Quay tít cõi "vô thường"
Nghiệp sinh theo vòng xoáy
Cái nợ của kiếp sau.

Tình Yêu Dân Tộc

*Hãy hát cho nhau nghe
Những lời ca Kháng Chiến
Hãy lại gần bên nhau ...
Để nhắc nhở đấu tranh
Hỡi các anh, các chị
Chúng ta tập yêu thương
Trong tình yêu dân tộc
Chúng ta tập nồng nàn
Trong ý chí đấu tranh
Để giành lại quê hương
Nơi bàn tay Cộng Sản*

*Hỡi những người dân Việt
Tạm quên nỗi đau thương
Và tha thứ tất cả...
Để đốt lửa căm hờn
Thắp sáng hồn dân tộc!
Hỡi các Thày các Cô
Những tâm hồn rộng mở
Hãy ngồi lại bên nhau
Dắt dìu đám trẻ thơ
Thông làu trang sách sử
Của đất Việt ngàn năm
Đã khuất phục quân thù
Hỡi những ai đời đạo
Hãy dìu dắt chúng tôi
Biết tôn thờ dân tộc
Biết yêu mến quê hương
Cho chúng tôi ngọn lửa ...*

Mơ Quê – Tố Thư

Để soi đường tranh đấu
Dựng lại một nhà Nam
Dân khổ nước điêu tàn
Ngoảnh lại nhìn giang san
Hảo hán ôi... hảo hán...
Chớ để nhục nhà tan.

AP Photo.
South Vietnamese Marines leap in panic aboard a cutter from an LST in Danang Harbor in Da Nang, Vietnam, April 1, 1975.
Nguồn: https://www.cbsnews.com/pictures/fall-of-saigon-vietnam-anniversary/

Hình: Quang Trung Trong Hồn Nước. Anh Hùng Dấy Nghiệp
Nguồn: MTQGTNGPVN.

(Bài thơ trích trong tập thơ "30 bài thơ Quê Hương và Tình Người" ấn bản năm 1985. Tố Thư - Phạm Thường, sáo trúc Việt Nam).

Đỉnh chung!

Hai chữ "đỉnh chung" khéo bám người
Than ôi cũng chỉ miếng mồi thôi
Chim kia sa lưới... vì ham thóc
Lũ cá mắc câu cũng tại mồi.

Nghiệp!

Trước mặt núi treo leo
Dưới vực sâu hiểm nghèo
Nhìn lên mà phát sợ
Ngó xuống cũng hoảng kinh!
Bình tâm Thầy Huyền Quang
Vô úy Thích Quảng Độ
Phơi bày "Đại Hùng Tâm"

Trước mặt đám cọp beo
Sau lưng bày lang sói...
Vô úy, Vô úy Thầy
Lòng dạ vẫn thẳng ngay
Chỉ tay mắng lũ giặc
Đám cọp beo chúng bay
"Trả Tự Do Tôn Giáo...
Trả Tự Quyết cho dân"
Sẵn tay viết án tử
Vô úy, Vô úy Thầy!

Trước mặt đám hùm beo
Khiếp sợ run nanh vuốt
Sau lưng bày lang sói
Đầu cổ đeo chuỗi hạt (1)
Gõ chuông mà lừa Phật!
Cúi đầu bức hại dân!
Nghiệp oan cứ lớn dần
Trong đám người vô Đạo
Tái sanh mặt giống người
Không hơn loài ngạ quỷ
Đảng Cộng Sản Việt Nam.

(1) Dưới chế độ Cộng Sản không có Tự Do Tôn Giáo. Nhưng để đánh lừa mọi người và cả Thế Giới, họ lươn lẹo thành lập cái gọi là: Giáo Hội Phật Giáo Việt Nam! Bỏ chữ Thống Nhất. Phật Giáo nguyên thủy của đất nước Việt Nam là: Giáo Hội Phật Giáo Việt Nam Thống Nhất! Để đánh lừa, họ đẩy mạnh việc huấn luyện Cán Bộ Cộng Sản để trở thành: Linh Mục, Mục Sư, Đại Đức, Thượng Toạ. Họ là những nhà Sư Quốc Doanh, đầu cổ đeo chuỗi hạt và các chức sắc khác cũng vậy để điều hành "Tôn Giáo", theo hướng đi của Đảng Cộng Sản Việt Nam và đó cũng là cách để theo dõi những sinh hoạt của quần chúng trong lãnh vực Tôn Giáo.

Hòa Thượng Thích Quảng Độ và Đại Lão Hòa Thượng Thích Huyền Quang ở Bình Định. Hòa thượng Thích Huyền Quang sinh năm 1919, xuất gia ở Bình Định từ năm 13 tuổi. Theo GHPGVNTN, Hòa Thượng bị giam giữ tại các chùa cho đến khi viên tịch.

Hoà Thượng Thích Quảng Độ, 70 tuổi, ảnh chụp sau khi ông ra tù năm 1988 ở thành phố Hồ Chí Minh.

Nguồn: https://www.thevietnamese.org/2021/08/venerable-thich-quang-do-a-lifetime-of-struggle/

Ngậm ngùi!

Nào mai, nào rượu nào bánh chưng
Tết đến sao ta vẫn lạnh lùng
Xuân, hạ rồi thu... nhìn cũng chán!
Đông tàn, niên tận có ung dung?

Nghĩ thương cha mẹ "Giao thừa" đến
Biết có còn vui để đón mừng...
Có đợi tàn canh đi hái Lộc?
Hay buồn cúi mặt, ngậm ngùi chung!

Thương về Quê Mẹ!

Tôi chẳng làm thơ, chỉ viết lời
Góp năm ba chữ gởi ngàn khơi
Gió ơi... gom sức đùm Dân Việt
Biển rộng vô tình, bao xác trôi!

Đất nước tang thương người mỗi ngả
Trời mây bật khóc dạ khôn nguôi
Kẻ đi vẫn nhớ về quê mẹ
Chẳng thể mặc lòng... nước nổi trôi!

Mơ Quê – Tố Thư

Tâm sự của tôi!

"Khắc khoải này tôi muốn để lại cho con cháu tôi và các thế hệ đi sau sẽ thấy được nỗi oan khiên của đất nước và thông cảm cho bậc Cha Ông đi trước! Xin những ai còn lòng với đất nước hãy đừng chối bỏ trách nhiệm của mình với Tổ Quốc Việt Nam."

Thành phố Hải Phòng 1954! Đêm cuối cùng của ngày tiếp thu Hà Nội, Hải Phòng cũng là hình ảnh cuối cùng trong tâm khảm tôi.

Khó mà quên được cảnh tiếp thu Hà Nội, đất nước tan hoang, gia đình ly tán. Những ngày ở Hà Đông, Bố tôi cứ phải vắng nhà để tránh bọn công an cộng sản truy lùng. Thỉnh thoảng trong đêm lại mò về, vào khoảng giữa khuya chừng 2, 3 giờ sáng, âm thầm giắt từng người đi trốn và cứ thế cuối cùng cả nhà đã đến được Hải Phòng di cư vào Nam tìm tự do bằng chuyến tàu *"há mồm"* đây là chuyến tàu cuối cùng để vào Nam.

Người lớn mang theo nỗi khổ. Còn tôi, đúng ra phải được mang theo tuổi thơ với cánh diều, con vụ với cái khăng và nụ cười híp mắt, nhưng ngược lại! Tôi đã phải mang theo những hình ảnh bất nhân của đảng cộng sản Việt Nam. Hình ảnh giết người, cải cách ruộng đất 54. Xác dân lành bị chúng giết, vứt bên bờ ao hay quăng dưới ruộng. Làng mạc, nhà cháy tan hoang chỗ nào cũng có người chết, không kể bọn giặc viễn chinh Pháp, trước khi về nước, chúng uống rượu say, hiếp dân lành, đốt phá làng mạc, khắp nơi lửa cháy, che lấp cả bầu trời.

Ôi! Máu lửa, dân tôi và nước mắt... làm sao nói hết đau thương này.

Những tưởng cuộc sống mới tại miền Nam sẽ được bình an, sẽ thoát được tai ương cộng sản, nhưng không ngờ 30 tháng 4- 1975. Cộng sản tiến chiếm miền Nam. Ngày toàn thể đất nước bị cướp mất tự do và hàng triệu người phải bỏ nước ra đi tìm tự do (lần thứ hai).

Mây đen phủ kín đầu dân tộc!
Nước mắt, thay mưa...
Ướt đẫm cả quê hương
Đường "tự do" qúa chật!
Xác chết trên đường... tay cố với tự do!
Cả đất nước tan hoang như bầy nai gặp hổ!
Chạy vội về để gặp lại Mẹ Cha
Được Bố khuyên
Con nên quay về trại
Bố không đi!
Chẳng thể mặc đồng bào
Nên cả nhà tôi cùng ở lại!
Ruột quặn đau... lên cơn từng lúc
Không biết phải làm sao (!?)
Đành cứ đi và nghĩ quẩn
Mai sẽ về để gặp lại mẹ cha...
Nhưng không ngờ, cái đêm ấy...
Chính là lúc đi xa!
Một giờ sáng ngày 30
Cộng quân pháo kích vào Nhà Bè
Lính chết, người bị thương!
Cả trại hoang mang...
Không biết...
Ở, đi... hay về...

Dưới bến sông, chỉ còn con tàu nhỏ! (LCM-8)
Chưa kịp định hồn...
Lại một tiếng nổ vang như sét đánh!
Trạm gác vỡ tung!
Tiếng gọi nhau... ơi ới...
Mau, mau xuống tàu... cứ thế chạy suốt đêm...
Trưa 30, tàu ra cửa biển

Nghe qua đài Phát Thanh
Tổng Thống Dương Văn Minh...
Kêu gọi đầu hàng!
Tai tôi ù...
Mọi người nhìn nhau
Nước mắt lưng tròng!
Sóng vỗ, đập mạnh vào mạn thuyền
Như tiếng trống thúc quân
Trước mặt là biển xanh
Nắng lấp lánh nhạt nhoè trong nước mắt...
Mẹ ơi! Con đã đi xa!
Để lại Cha Mẹ già và tất cả...
Sống chôn đời trong chủ nghĩa Mác-Lê!
Nghĩ đến Cha... con hận mình...
Không làm tròn bổn phận
Nợ hiếu, dưỡng sinh...
Nợ cả quê hương mình và dân tộc!
Thẹn với lòng...
Thẹn cả với trời xanh
Đành tự nhắc...
Non sông mình vẫn nợ!
40 năm dài, từng ngày nơi hải ngoại
Bước chậm, bước mau trên con đường cứu quốc
Mong ngày về...
để quỳ gối... lạy Mẹ Cha
Và cứ thế...
Quên thời gian, quên tuổi già Bố Mẹ!
Ngày Bố mất! Ôm lòng đau vắng mặt!
Nơi quê nhà, khắc khoải chữ Tự Do!
Con hải ngoại vẫn chưa tròn bổn phận

Sợ mẹ cô đơn... thương con buồn giận
Nên điện về thường xuyên hỏi Mẹ
Và hình như "có cái gì báo trước"...
Sau tiếng hỏi thăm, Mẹ nhẹ nhàng căn dặn
Mẹ biết con đang làm gì nơi hải ngoại...
Mẹ cầu trời cho tổ chức được thành công
Mẹ khuyên con...
Đừng vì tình riêng mà nông nổi!
Ráng nghe con
Để mai này đất nước được tự do
Con của mẹ, đây là tình của mẹ...

"Con đi dậm liệu đường xa
Con đi có nhớ mẹ già hay hay không?
Con đi mẹ vẫn chờ mong
Bao giờ xong việc mẹ mong con về"

Nước mắt... chảy trong tâm!
Mẹ ơi! Con thương mẹ vô ngần!
Xin Chúa, Phật
Ban ơn lành cho Mẹ...
Từng ngày qua
Tuổi già, không mong mà vẫn đến
Mẹ ra vào bệnh viện thường xuyên
Nơi hải ngoại, ruột con đau từng khúc!
Chẳng được gần bên Mẹ, vấn an và nhất là...
Không được quàng tay ôm hôn Mẹ!
Qua điện thoại, mẹ vẫn không quên nhắc nhở...
Ráng nghe con, đừng nhẹ lòng con ạ

"Mẹ già như chuối chín cây...
Biết lúc nào sẽ rụng"!

Điện thoại cầm trên tay
Con nghe từng hơi thở...

Mẹ ơi... con đang khóc
Khóc cho vận nước hôm nay!
Con nhớ mãi những lời mẹ dặn
Nên không về...

Khi ngọn cờ máu, còn bay trên đầu dân tộc!
Con không về...

Khi bọn công an, chúng ngửa tay nạt nộ!
Nợ nước, tình nhà, thước nào đo được?
Nên con đành ngậm đắng phút biệt ly!
Không được phúc, để qùy bên quan tài Cha mẹ!
Mẹ ơi! Bốn mươi năm dài nơi hải ngoại
Nghĩ về nhà... sao con mãi biệt xa!
Cháu của Bà nay đà khôn lớn
Sự nghiệp đã thành
Công danh chờ trước mặt...
Đến tuổi trưởng thành "Hằng Thuận" Vu Quy
Xin Hương Linh Ông Bà về đây chứng giám
Cho cháu Ông Bà được hạnh phúc trăm năm

Cũng là lúc Trời ban ơn lộc...
Cho chúng con gặp lại người thân
Anh chị em, 40 Năm trời xa cách
Nay quay quần, đoàn tụ bên nhau
Ôi biết bao là hạnh phúc
Chẳng bao giờ nghĩ được có ngày nay!
Trong vui sướng, nhưng lòng con khởi động...

Biết bao giờ trả được hiếu Mẹ Cha!

Hình ảnh, nguồn: https://freedomforvietnam.wordpress.com/2013/04/30/april-30-1975-commemoration-day-for-the-fall-of-saigon/

Hình Bố Mẹ, vẽ bằng bút chì.

"Từng nét chì là từng Ân sâu của cha mẹ"! Nếu tôi biết được cuộc đời mình sẽ có ngày phải xa cha mẹ, xa cả anh em và xa đất nước... có lẽ tôi sẽ chọn cách sống khác để không ấm hận như ngày hôm nay.

Ghi chú: *Miền Nam từ 1954 đến 1975 là một Miền Nam tự do và phát triển đã được thế giới gọi là "Hòn Ngọc Viễn Đông". Nhưng đến ngày 30 tháng 4 năm 1975, một lần nữa cộng sản miền Bắc tràn vào đánh cướp Miền Nam! Tự Do bị tước đoạt, cả miền Nam tan nát và tụt hậu! Hàng triệu người phải bỏ nước ra đi tìm tự do!*

40 năm dài bài học chua cay nhất vẫn là vì đã "tin vào sức người"!

Gặp lại người thân!

"Thật là xúc động được gặp lại người thân, anh chị em trong gia đình, đã cách xa nhau kể từ 30/4/75, 40 năm trời xa cách, nay được chung vui, xum vầy trong ngày cưới của con gái (1975-2015). Nhưng, tưởng rằng sẽ không bao giờ được gặp lại! Qúa xúc động nên tôi đã viết bài thơ này".

Bốn mươi năm xa cách
Biết bao là thương nhớ
Hôm nay ngày cưới con
Cũng là ngày "đoàn tụ"
Tất cả anh chị em...
Ôi vui sướng làm sao!
"Ngày Con lập gia đình
Bố gặp lại người thân"
Con yên bề gia thất!
Xúc động đến nghẹn ngào
Xin đội ơn Chúa Phật...
Ban hạnh phúc chúng con
Nay song thân cánh hạc...
Cũng chẳng mong gì hơn
Nhìn đàn con hạnh phúc
Gặp lại được người thân
Riêng tôi... như giấc mộng!
Chẳng còn muốn gì hơn.

Đôi bạn tâm giao!

"Khoảnh khắc của cuộc sống không gì quý hơn trong đời có được một người bạn tâm giao, thật là quý và hạnh phúc biết dường nào. Hôm nay đọc lại bài thơ của Cụ, Thi sĩ Hà Thanh viết chúc mừng vợ chồng chúng tôi trong ngày cưới (1981), treo trên tường và cũng lại nhớ về Bố tôi là Cụ thi sĩ Tố Thư, nên tôi viết đôi vần thơ để ca tụng tình bạn thiêng liêng của hai Cụ."

Từ để chỏm, đến bạc đầu...
Vòng danh lợi... hai Cụ đã quên...
Bả vinh hoa...cũng không màng đến!
Cả đời người chống Nhật, chống Tây (Pháp)
Cụ Không Quân...
Bố con cũng "Hoa Tiêu" vùng vẫy...
Nhưng một lòng... tạc dạ nước non
Mong đất nước ngày mai thay đổi...
Nhưng nào ngờ... thời cuộc đổi thay...
Cả đất nước rơi vào tay Cộng Sản!
Một đời người bỗng hóa cỏ cây!
Bên tách trà, nghiền câu kinh sử
Đất nước này... rồi để cho ai?
Cả hai Cụ... không làm nên lịch sử...
Nhưng "chí cường" để lại chúng con
Nguyện một lòng ghi ơn, tạc dạ
Tiếp tục hành trình cứu nước, giúp dân
Xin hai Cụ ngủ yên trong tình bạn...
Giúp chúng con hoàn thành đại cuộc hôm nay...
Hà Thanh một cõi
Tố Thư một bầu
Từ để chỏm đã có nhau
Đến khi nằm xuống, vẫn một bầu tâm giao.

Con xin thắp nén hương, tưởng nhớ về hai Cụ. Nguyện ơn trên "Đắc Độ Cao Siêu", cho hai Cụ về nơi Cực Lạc (đôi bạn tâm giao).

Hình ảnh đau buồn của ngày 30/4/1975. Xe Tăng Cộng Sản ủi xập Cổng Dinh Độc Lập! Cổng của tự do đã đổ! Biểu tượng của Miền Nam Việt Nam Tự Do.

Nguồn ảnh: https://freedomforvietnam.wordpress.com/2013/04/30/april-30-1975-commemoration-day-for-the-fall-of-saigon/

30/4! Cũng là ngày bắt đầu cho cuộc bỏ nước ra đi! Vượt biên, vượt biển tìm tự do của dân tộc Việt Nam, với hàng trăm ngàn người đã phơi thây trên biển và gục ngã trên những đoạn đường rừng.

Tù "Cải Tạo"

Sài Gòn, Đà Lạt, Nha Trang xưa
Huế đẹp, Cần Thơ, những bóng dừa
Chinh chiến bao năm, sao lại thế...
Ngục tù ngước mặt đếm sao thưa

Thức ăn từng miếng... thua cơm chó
Nước uống vàng môi đắng kiếp người!
Cảnh cũ... hôm nay trông lạ hoắc...
Bọn người gian tặc! Máu dân tươi.

Giáng Sinh cho người yêu nước!

Trong nhà tù
Nơi nào không tối!
Nhưng sợ nhất: Vẫn là... Đảng u mê! (csVN)
Tham quyền lực, hơn quan tâm đất nước!
Lo cho dân bằng mưu lược gian tham!
Đốt văn hóa! Cướp cả "tự do"!
Đưa cả nước vào con đường tăm tối
Đem công an, chặn lối lương tâm
Ai lên tiếng vào tù tất cả...
Đưa ra tòa... bằng đạo luật nghĩ ra
Bắt, thả, tùy ý... quyền của đảng!
Cứ tưởng rằng như thế là khôn ngoan
Dân sẽ sợ và không còn đối kháng (!?)
Lịch sử qúa rõ ràng:
Trong áp bức: Toàn dân sẽ nổi dậy!
Chuyện xưa và chuyện nay
Nếu không thế làm sao mình tồn tại
Tưởng lao tù sẽ khóa được lương tâm?
Nhưng nào thiếu những con người yêu nước!
Chí khí, khiên cường...
Chẳng khuất phục chế độ công an
Họ là những con người kiệt xuất
Đại diện lương tâm và lẽ phải
Là tiếng thét của tuổi trẻ hôm nay
Cả đất nước...
Muốn Tự Do và quyền Tự Quyết
Hãy trả lại đất nước cho dân!
Giáng Sinh về, năm mới sắp đến
Xin Trời cao, Chúa, Phật Hiển Linh

Ban Ơn Phúc cho tù nhân yêu nước!
Vững trí, bền gan, tâm an dạ sáng
Chấm dứt độc tài...
Bằng nhân ái, yêu thương
Biến lao tù... thành trường cho trẻ
Dựng lại người
Dựng lại đất nước Việt Nam
Cùng dân tộc xóa tan bóng tối!
Mang ánh sáng về cho Tổ Quốc Việt Nam.

Viettan.org
Nhà hoạt động nhân quyền và môi trường cho Việt Nam. Ông Lê Lê Đình Lượng! Bị bắt với tội danh "hoạt động nhằm lật đổ chính quyền" đã phải chịu bản án tù 20 năm!

Tết lại đến...

"Đón Tết tha phương không khỏi nhớ nhà"!

Hai hàng nến đỏ, cháy lung linh
Hương khói nhẹ bay quyện khối tình
Viễn xứ tâm giao hồn cố quốc!
Xa nhà cầu khẩn đấng Anh Linh...

Xin cho đất nước thôi đầy đọa
Ban phúc, nhân gian hưởng thái bình
Năm tháng ngày trôi giờ lại Tết!
Đất Trời cứu độ kiếp nhân sinh.

Mơ Quê – Tố Thư

Bốn mùa nơi xứ lạ!

Xuân đất khách, lòng tê tái buồn
Mai vàng chẳng có... vẫn người buôn
Bán năm ba thứ... càng nhung nhớ
Vài chậu cúc vàng... bao vấn vương

Hạ đến, sen đâu, đời tẻ nhạt
Xuân tàn, cúc vắng, chẳng còn hương
Lê thê ngày tháng, cuồng chân mỏi
Ngoảnh mặt trông về quê luyến thương

Thu đến, hạ đi... dạ những mong
Quê hương sớm thoát cảnh đau lòng
Trời cao, thương xót cho sum họp
Đất mẹ ngọt bùi, chút nắng trong!

Đông lạ quê nhà, thân giá buốt!
Thu qua gió lạnh kẻ mua chăn...
Đành quên phận kém... nào an giấc!
Bên cạnh người thân sống nhọc nhằn!

Căn nhà cũ

Hai bốn năm qua ôi nhớ nhà!
Nhớ từ con hẻm nhớ người qua
Nhớ căn nhà cũ dù không rộng
Nhưng gói yêu thương hết cả nhà

Ước mong

Đất khách sống chung kẻ lạ dòng
Xuân xuân, xuân đến chửa lần mong
Chỉ mơ một sớm về quê Mẹ!
Dựng lại nương khoai thoả ước lòng.

Bữa cơm nghèo nhưng hạnh phúc toàn gia.

Món quà Xuân gởi người yêu nước!

Tết đến cho nhau một món quà
Gởi về nơi chốn... gần mà xa
Có người yêu nước đang tù tội...
Vì muốn "Tự Do" cho nước nhà!

Tôi gởi về anh một chút quà
Thăm tình tranh đấu... dù chia xa
Nhưng trong ý chí... ta là một
Cách mạng toàn dân, nước thái hòa.

viettan.org
TNLT. Châu Văn Khảm Đấu tranh cho Nhân Quyền Việt Nam.
(Từ Úc Châu về Việt Nam).

Tâm từ!

"Tâm từ"...
Ai chẳng có

Cái khó là cho đi
Cõi Vô Thường sinh diệt!

Cái cho... là còn mãi
Cái không... sẽ hủy hoại!

Đời người rồi sẽ qua!

"Tâm Từ" luôn ở lại...
Sống đời với chúng ta.

Nick UT/AP Photo.
The fall of Saigon, April 30, 1975, marked the end of the Vietnam War.
Nguồn: https://www.cbsnews.com/pictures/fall-of-saigon-vietnam-anniversary/

Ảo giác thuyền nhân!

"...Ghi lại cuộc vượt biên, vượt biển đi tìm tự do đầy thảm khốc trong ngày cộng sản Việt Nam tiến chiếm trọn vẹn đất nước, ngày 30/4/1975. Những hình ảnh thảm khốc này vẫn lu ôn ẩn hiện trong đầu... dù đã đến được bến bờ tự do"!

Đốm lửa trong đêm tối
Tôi nhìn em bồi hồi...

Ảnh hiện như ma trơi
Ồ! Phải em đây rồi...

Ra đi trên thuyền ấy
Có em và có tôi...

Cơn sóng đã qua rồi
Còn lại gì em ơi!

Mơ Quê – Tố Thư

Nurturing hope...

Let's rebuild our homeland
With love for the nation
With strong will
With the heart of hope
So that future generations
Will not live a life of humiliation
Before dictatorship,
Handing out every morsel of food
Treating people like slaves...
Ruling with inhumanity!
Our people are not slaves
The whole country is not a slave!
Dear Vietnamese youth
Don't lose hope!
Nurture the will to innovate
With the spirit of hope
A bright Vietnam
The Fatherland will be Glorious again.

Nuôi tâm hy vọng...

Hãy dựng lại quê hương
Bằng tình thương dân tộc
Bằng ý chí kiên cường
Trong cái tâm hy vọng
Cho thế hệ mai sau
Không sống đời tủi nhục
Trước độc tài chủ nghĩa
Ban phát từng miếng ăn
Xem dân như nô lệ...

Cai trị bằng bất nhân!
Dân mình không thể thế
Nước mình không thể vậy!
Hỡi bạn trẻ Việt Nam
Đừng sống đời vô vọng!
Nuôi ý chí Canh Tân
Bằng tinh thần hy vọng
Một Việt Nam tươi sáng
Tổ Quốc lại Vinh Quang.

(Translation by Dr. Phạm Lưu Giang)

Chiếc áo tím

Sáng chủ nhật đứng trước sân nhà
Nhìn sang đàn trẻ trước nhà đùa vui
Đứa chạy, đứa la... đứa ngồi
Miệng nói bi bô cười vui như sáo
Việt Mỹ, kìa mỗi đứa mỗi áo
Đủ sắc màu, cả áo thêu chim
Bé Việt Nam, chiếc áo tím...
Lòng gợn buồn... màu tím thê lương
Chắc mẹ em cũng đã nghĩ nhiều...
Thêu "Rồng Vàng", buông dài theo áo
Trông oai hùng như ngàn cơn bão
Lấp muôn trùng vạn sóng nhô cao
Đất mẹ quê hương thấm máu đào
Cho tổ quốc vang danh dòng sử Việt
Đuổi quân Tàu đô hộ cả ngàn năm!
Thoát Hoan, Ô Mã Nhi bêu đầu tủi nhục
Đất nước, an cư, dân lạc nghiệp
Cương thổ vững bền, trí dân cao ngất
Nay bỗng dưng cả nước tan hoang!
Giặc trong nhà... đảng cộng sản Việt Nam
Coi Tổ Quốc nhẹ hơn ghế đảng
Sẵn sàng dâng cả đất nước Việt Nam
Cho Tàu Cộng để đảng vinh quang
Con rồng Vàng... đành nằm trên áo tím!

Cờ Vàng bay...

Trong bầu trời xanh thắm
Em thấy Lá Cờ bay
Màu Vàng Ba Sọc Đỏ
Nhẹ nhàng như khói mây

Em ước...
Nơi đây là Nước Việt!
Để lỏng mình đắm say
Em say tình dân tộc
Say cả nước lẫn mây...

Em nghe cha em kể
Quê Hương có ba miền
Sài Gòn đẹp thần tiên
Miền Trung bờ biển rộng
Hà Nội buồn, ôi thương!

Cha em còn bảo rằng
Quê hương mình bất hạnh
Cộng Sản cướp miền Nam (1)
Quyền Tự Do đã mất
Nhiều người phải ra đi...
Tìm Tự Do xứ lạ
Gia đình ta cũng vậy
Chẳng đầy đủ thân nhân

Bao gia đình tan nát
Sống tha phương xứ người
Mình có hơn gì đâu...

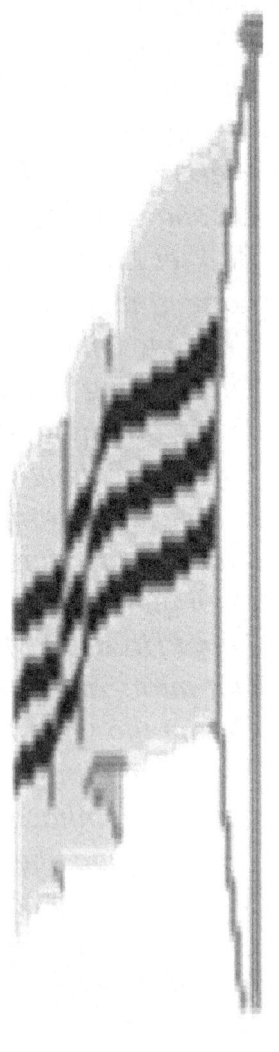

Mỗi người sống một nơi
Quê Hương còn Bà Nội
Còn Ngoại, còn chú cô

Em nghe lòng rung động
Mong một ngày hồi hương
Mong ngày ấy đến lắm!

Để em còn được hưởng...
Nhiều tình thương nơi Nội
Và được quà Ngoại cho

Cha ơi, cha...
Khi nào về thăm Nội
Cho con về với nhé
Thương Nội, Ngoại vô cùng
Thương cả nước Việt Nam!

---

(1) Cộng sản cướp miền Nam ngày 30 tháng 4 năm 1975 và cuộc tị nạn bỏ nước ra đi tìm Tự Do đã bắt đầu.

Cho thế hệ mai sau

"Ghi lại những chông gai trên đoạn đường tranh đấu".

Ví như qụa, một loài chim xấu
Cũng được lời để sánh với vành khuyên
Riêng ta chịu thẹn với quạ huyền
Sánh chi bạn, ta lại càng xấu hổ
Chẳng biết nói cho người ưa thích
Chẳng biết cười đúng lúc để đồng thanh
Nên nói thật bị người nghe ghét
Muốn xây thành... kẻ phá ở xung quanh
Thế mới biết đấu tranh không phải dễ
Phải có người không quản ngại gian nan...
Và ước vọng: Cùng Canh Tân Đất Nước
Mới có ngày Tổ Quốc được Vinh Quang!
Thôi cứ bước và mang theo ước vọng
Cho thế hệ mai sau...
Không thẹn lòng... nhìn người đi trước.

Mơ Quê – Tố Thư

Ngày tiếp thu Hà Nội (1954)!

*Không thể nào quên được
Một đất Bắc thân yêu
Sáng chiều là thơ nhạc
Trên đê người gồng gánh
Dưới ruộng mạ xanh non
Cò bay... ôi, thẳng cánh
Sáo diều lượn trên không
Vẫy đuôi mừng lúa mới (đuôi diều)
Thiếu nữ trong thôn làng
Hân hoan nhìn lúa chín
Mục đồng cũng thảnh thơi
Vi vu dăm điệu sáo...
Hạnh phúc vút trời cao
Tuổi thanh xuân ngọt ngào
Trao nhau tình dân tộc*

*Nhìn hạt gạo trắng phau...
Xung quanh đàn trẻ nhỏ
Vui đùa bên bếp nóng
Đẩy củ khoai nướng lùi
Cười vui cùng chờ đợi...
Ánh trăng trong làng mạc
Soi rõ... lòng dân tôi*

*Con chim hồng đang đậu
Bỗng dưng lại chuyển cành...
Bay cao ngừng tiếng hót
Tiếng chó sủa kêu vang
Đàn gà kêu... sai thời (!)*

Tiếng chân người hấp tấp
Bước dồn dập lao xao!

Lô nhô nơi hàng rào
Bóng công an bộ đội
Họ rình rập khắp nơi
Tiếng thét vang trong xóm
Bọn cộng sản... kéo về...
Chúng tiếp thu Hà Nội!
Củ khoai... thôi... cháy rồi!

Rơm khô nổ tí tách
Xen chung cùng tiếng đạn
Lẫn cả những bước chân
Lùng người như đuổi giặc
Cả miền Bắc tan hoang...
Vỡ tan từng hạnh phúc!

Hàng triệu người vào Nam
Bằng con tàu há mồm!
Gia đình tôi cũng vậy
Vào Nam tìm Tự Do!
Đất nhà sao phải chạy?
Ôi thương quá Việt Nam.

Viết cho Lê Duẩn!

(Tổng Bí Thư Đảng Cộng Sản Việt Nam 1960-1976)

Này ông Lê Duẩn
Khi sinh ra ông cười hay khóc?
Mà lớn lên…
Sao chẳng giống mọi người?
Bát cơm ông ăn
Tấm áo ông mặc
Ai may cho ông?
Hay có sẵn… tha hồ ông mặc?
Quên nghĩa đồng bào…
Quên cả tình nước non!
Vong ân, phản bội…
Bắn thẳng vào người dân!
Hãy nhìn Tết Mậu Thân (1968)
Xác dân Huế… chôn vùi tập thể
Giây kẽm gai… xuyên người như sâu cá!
Đập vỡ đầu! Chôn sống! Rải khắp nơi
Người còn sống! Ngước mặt nhìn trời
Khóc than! Tự vẫn! Địa Ngục nào…
Sao lại ở Việt Nam!?
Hồ Chí Minh bạn vàng Lê Duẩn…
Các ông có xốn xang?
Nhìn máu dân mình đen mặt đất!
Hay đang vui với tài "mưu lược bất nhân"
Máu dân Huế… lưu mãi ngàn thu
Khó gột rửa, trong cái tâm… đồ tể!

Nhà Việt Nam, rõ ràng hai chữ
Mà ông cũng chẳng nhận ra…

Lại đi thờ ác ma, Lênin Cộng Sản! *(1)*
Ôm "Tam Vô, bưng về Chủ Nghĩa" *(2)*
Quăng vào nhà Quốc Tổ Hùng Vương...
Phá đất nước, giang sơn cẩm tú!
30 tháng 4... cả đất nước bàng hoàng
"Ông giải phóng"! Miền Nam Tan Nát!
Hàng triệu người ly tán khắp nơi
Từ đất liền, đến biển khơi oan nghiệt!
Chết giật giờ không một mảnh khăn tang!
Còn các ông? Ngồi cười vang chiến thắng
Đưa cả nước vào vòng oan nghiệt!
Dở chiêu bài... bóp chặt Tự Do!
Tha hồ mà ăn cướp...
Từ cái đồng hồ... đến tài sản nhân dân
Ai lên tiếng cứ vu là: Lật đổ...
Bắt bỏ tù những kẻ yêu dân!
Cả đất nước... đảng... dìm vào địa ngục!
Cúi phục Tàu! Bán cả đất nước Việt Nam!

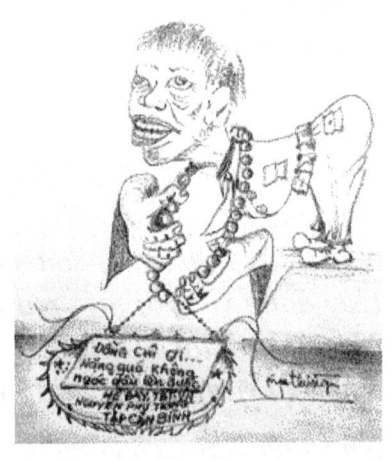

(1) "Lênin": Karl Marx và Vladimir Llyich Lenin. Hai nhà học thuyết Cộng Sản (vô sản).
(2) "Tam Vô": 1/ Vô gia đình, 2/ Vô Tổ Quốc và 3/ Vô Tôn Giáo.

Tập thơ này không quảng bá tội ác! Nhưng không thể im lặng trước tội ác của đảng Cộng Sản đối với dân tộc Việt Nam. Hồ Chí Minh và Tổng Bí Thư Lê Duẩn. Họ là ác nhân giệt chủng!

Nguồn: https://vietnamsaigon75.blogspot.com/2012/08/tham-sat-mau-than-1968-toi-ac-viet-cong.html

Nguồn: viettan.org

Tết Mậu Thân tại Huế 1968

Những tội ác của Việt Cộng Tết Mậu Thân Huế 1968
Nguồn: https://vulep-photo.blogspot.com/2016/09/tham-sat-tet-mau-than-1968-hinh-anh-mau_49.html

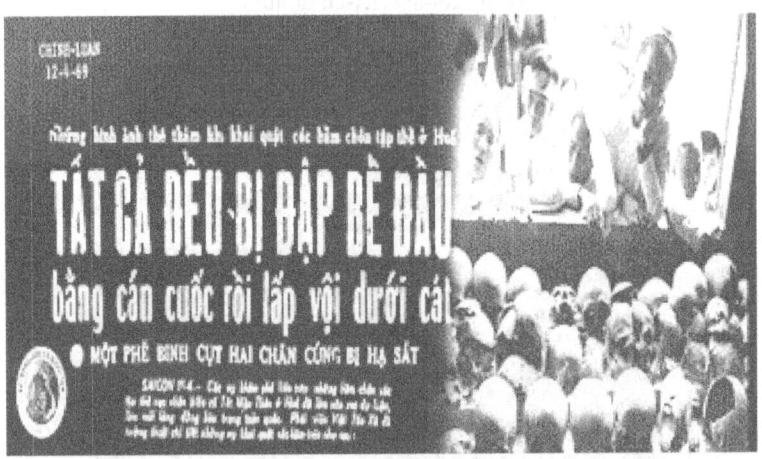

Tết Mậu Thân tại Huế 1968- Cộng Sản Bắc Việt Thảm sát Đồng Bào Huế chết thảm 5800 người!
Nguồn: https://chinhnghiavietnamconghoa.com/tet-mau-than-hue-1968/

Dân tôi có phải là người?

Anh có thấy cộng sản bắt dân?
Việt Nam mình đấy!
Quân đội cầm súng, xông vào nhà...
Lôi cổ bà con... ra khám Covid!
Cuộc giằng co khóc lóc... thật xót xa!
Áo xốc xếch... tuột cả lưng quần bạn ạ!
Sao lại tệ với dân mình như thế...
Họ có phải là người không anh nhỉ?

Một đất nước "đỉnh cao trí tuệ"
Nhân phẩm con người sao tệ thế hả anh?
Một đất nước nhân dân làm chủ...
Mà dân mình... chẳng có tí Tự Do!
Một đất nước "đốt lò tham nhũng"
Đảng càng đốt... dân mình càng mất...
Từ cửa nhà, đến tài sản, đất đai!

Anh có thấy, các nước tự do thế giới
Có nước nào khắp phố toàn "dân oan"?
Đòi lại nhà, đòi lại tài sản bị tịch thu
Hay chỉ có nước mình thôi, anh nhỉ?
Một Việt Nam, than ôi! Đầy khốn nạn!
Dân cúi đầu chịu nhục trước công an!

Các bạn ơi...cho tôi được nói...

Đời tôi ngu và dại! Cứ nghĩ rằng...
Chế độ này... sẽ thay đổi một mai
Nên im lặng, chạy theo cuộc sống
Bỗng giật mình! Đất mẹ... tan hoang!
Từng mảnh đất về tay Tàu Cộng!

Hoàng Trường Sa là cửa ngõ Việt Nam
Lại cũng mất như Nam Quan, Bản Giốc!
Ôi! Đau buồn cho đất nước Việt Nam!

Nếu mai này... Hán gian cướp đất (?)
Kẻ bắc cầu...

Chính là Đảng Cộng Sản Việt Nam!
Trong đất liền, Tàu Cộng ở khắp nơi...
Đang mai phục... chờ ngày xâm lược!

Đừng làm ngơ...

Dân mình... muôn đời sẽ khổ!
Kẻ xâm lăng... liệu chúng có chừa ai?
Ta phải đứng, để dân mình cùng đứng!
Chấm dứt bạo quyền... dựng lại non sông
Khôi phục quê hương, Canh Tân Nước Việt
Đó là con đường duy nhất của Việt Nam.

Mơ Quê – Tố Thư

Hãy đừng ngại ...

*Hãy đừng ngại... khi phải làm cây đinh
Chỉ lo... khi đời cần... mình lại vắng!
Tất cả chúng ta: Đều là "chúng sinh"
Đâu lại nhẽ sống riêng mình, ừ nhỉ
Lẽ nào quên câu "ngạn ngữ" nhân gian...
"Con ngựa đau cả tàu không ăn cỏ"
Lại ngồi yên... phó mặc kẻ dấn thân...
Cho hạnh phúc toàn dân, mình cũng hưởng
Hãy đừng ngại phải làm một cây đinh
Khi nước cần là mình cũng góp mặt
Chẳng thẹn lòng, mà cũng chẳng sợ ai.*

Đối thoại với Kiến!

Kiến ơi, sao mày khỏe thế
Vác món hàng, nặng gấp mười thân (so với thân con kiến)
Những như tao, chỉ dành cho lực sĩ
Nhìn chúng mày thương qúa kiến ơi...
Dạ thưa ông! Chúng tôi là như vậy
Nặng nhẹ cứ khuân... miễn đem về đầy tổ
Ăn hôm nay, lo cả ngày mai...
Giúp kiến con... mai này nó lớn
Đủ sức rồi... chúng lại như tôi...
Lo cho tổ không nhờ người khác
Việc nhỏ cứ làm, việc to không ngại
Chẳng than van, cũng chẳng tị ai
Vì tất cả chúng tôi là loài kiến...
Không lo cho mình... ai sẽ lo cho?
Có như thế... tổ mình mới lớn
Mới vững bền miên viễn ngàn năm
Từ thuở hỗn mang... chúng tôi là kiến
Vẫn giữ nguyên bản sắc kiến vàng
Đến hôm nay... chúng tôi vẫn là kiến
Quan trọng hơn...
Loài kiến này... không ai là lực sĩ.

Dialogue with Ant!

Ant, why are you so strong?
Carrying a cargo ten times heavier than your body
For me... only athletes can do such great things for us
Looking at you, I feel so sorry for you...
Yes sir, we are always like that
Whatever is heavy or light, just carry it... as long as we bring it back to fill the nest
Eat today and worry about tomorrow...
Help baby ants grow up one day
With enough strength... they will be just like us...
Taking care of our home without asking others
Do the small things, don't be afraid of the big things
Don't complain, don't envy anyone
Because we are all ants...
If you don't take care of yourself... who will take care of you?
Only like that... the ant ancestry will be stronger
Will last forever for thousands of years
From the beginning of chaos… we are ants
Still retaining the yellow ant identity
To this day... we are still ants
More importantly...
Our species... none of us are athletes.

(Translation by Dr. Pham Luu Giang)

Tết đến

"Mỗi lần Tết đến, lại nhớ về quê nhà, lại nghĩ đến những Tù Nhân Lương Tâm"!

Xuân đến trao nhau lời thiết tha
Chung lưng hợp lực giúp quê nhà
Dẹp tan lũ Cộng phường buôn nước
Cứu lấy bà con của chúng ta

Đất mẹ từng Xuân bao xót xa
Đảng viên chẳng tết cũng vui mà
Nhân dân đau khổ nào ai biết...
Tết đến đau lòng kẻ thiết tha!

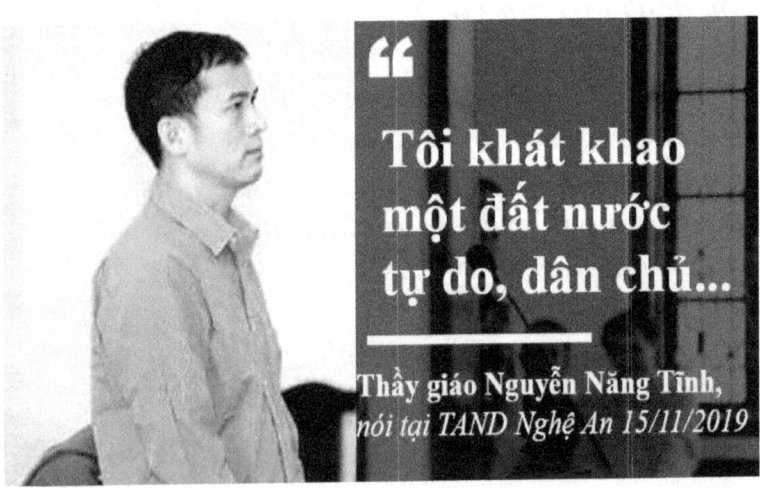

Nguồn: viettan.org
Thầy giáo Nguyễn Năng Tĩnh, khôi nguyên Giải Nhân Quyền Lê Đình Lượng năm 2022.

Tĩnh lặng...

Tự do! Tự nhiên có
Như ánh sáng thế gian

Không ai có quyền lấy
Sự sống của trần gian

Tự do... bị tước đoạt
Bóng tối phủ trần gian!

Hạnh phúc... không cầu xin
Không có để mà xin!

Từ bi... không lo âu.
Ở ngay tại trong tâm

**Tâm an... trong tĩnh lặng
Hạnh phúc của thế gian.**

Sống bình an...

"Từ bi" mà bị khóa!
Khác gì... xe không phanh!
Sợ nhất đoạn đường dốc...
Cái lúc của khổ đau!

Sức mạnh lòng từ bi
Lấy đi cái "ngã chấp"
Để cái tâm an trụ
Cuộc sống sẽ bình an.

Hình chụp trong màn ảnh TV.

Câu Chuyện Thuyền nhân

Một ngày buồn, xuống phố Houston uống cà phê (thời gian này hàng quán cũng không nhiều). Bước chân vào quán, một cô trong quán mời tôi ngồi và hỏi tôi uống gì, tôi nói xin cô cho một ly cà phê (khoảng năm 81).

Lát sau, cô mang cho tôi ly cà phê, nhân lúc quán vắng, tôi hỏi thăm cuộc sống của cô và được cô cho biết cô là một thuyền nhân. Trong câu chuyện cô đã rất xúc động kể lại cho tôi chuyến vượt biên, vượt biển đầy nguy hiểm, sợ nhất là sóng biển và hải tặc Thái Lan! Cô kể cho tôi nghe một câu chuyện thật buồn và thương tâm, trên chuyến tàu đi chung, có hai chị em, cô chị giắt theo đứa em trai vào khoảng tám, chín tuổi gì đó. Khi tàu ra biển, một hôm gặp mưa bão, tất cả đang phải đối diện với từng cơn sóng lớn! Bỗng chốc một con sóng to đập mạnh vào mạn thuyền và đứa bé đứng gần canh thuyền đã bị hất tung xuống biển, thời gian xảy ra qúa nhanh, trong cùng lúc mạnh ai cũng phải tự lo cho mình!

Sự việc xảy ra nhanh quá, trong khoảnh khắc đứa bé đã bị chìm sâu trong lòng nước! Người chị không biết làm gì hơn, đưa hai tay lên trời và hét to... ai cứu em tôi với! Chị kêu gào thật là thảm thiết. Sau khoảng thời gian bàng hoàng qua đi, bất chợt chị trông thấy một chiếc dép của đứa em còn vướng lại trên tàu! Chị cúi nhặt và lại càng khóc to hơn!.

Lên đến bờ, tay chị lúc nào cũng vẫn cầm chiếc dép, đôi khi như người mất trí, đi đứng như trong mơ, lười nói, cứ nhìn dép mà khóc (!) Ngày ngày chị lang thang một mình ra ngồi bên bờ biển, mắt trông, nhìn biển cả mênh mông...!

Một hôm bất chợt cô nhìn thấy chiếc dép đang bập bềnh, nhấp nhô theo làn sóng, cô hét lên và khóc như một người điên!

Mơ Quê – Tố Thư

Câu chuyện thương tâm qúa! Tôi đã viết thành thơ và được bạn bè ưa thích, khuyến khích. Tôi đã viết thành nhạc và cũng đã lâu qúa nên bản nhạc đã bị thất lạc.

Hôm nay kể lại câu chuyện thương tâm này để chúng ta cùng chia xẻ chung nỗi đau chung của dân tộc, nhưng bất hạnh nhất vẫn chính là tuổi trẻ Việt Nam! Câu chuyện xảy ra cũng đã gần 50 năm tị nạn rồi, nhưng với tôi, sao no vẫn như là mới xảy ra ngày hôm qua!

Qúy vị ơi, các em ơi! **Kẻ sát nhân không phải là biển mà là đảng cộng sản Việt Nam!** Họ đã tước đoạt tự do của con người! Bần cùng hóa xã hội, bằng nhiều thủ đoạn để giết dân và tước đoạt tài sản, vì vậy mà hàng triệu người đã phải bỏ nước ra đi để đi tìm tự do! Con đường này đã gây ra cảnh cả trăm ngàn người bỏ thây trên biển và chết mất xác trên các đoạn đường rừng!

Tôi tự hỏi Việt Nam tôi có tội tình gì?!

Nguồn: viettan.org

Tội ác của Đảng Cộng Sản Việt Nam sẽ mãi mãi là những vết nhơ của dân tộc.

Bức ảnh thuyền nhân. Nguồn: https://nickelliott.org/blog/what-happened-to-the-vietnamese-boat-people-rescued-by-the-sibonga/

Thảm Cảnh thuyền nhân chờ được cứu vớt.

Nguồn: https://en.wikipedia.org/wiki/Vietnamese_boat_people

Thuyền nhân! Những người có tâm không thể im lặng!

Một bản tin đau thương đã được lưu lại, cũng hơn 40 năm rồi!

Chiếc dép!

(câu chuyện thuyền nhân)

Người con gái Việt Nam trển đường tị nạn
Cùng đứa em mình tay giắt trong tay
Em mong rằng một ngày mai tươi sáng
Nhưng đến bờ chỉ còn lại chiếc dép trên tay!

Quê hương ơi, bầu trời nào đây
Quê hương ơi, đất lạ nào đây?
Làn sóng nào hay trùng dương đưa lối
Bắt em rời xa kỷ niệm thân yêu...

Người con gái Việt Nam trên đường tị nạn
Bước chân buồn trên mảnh đất không quen
Đôi vai gầy rung động trong manh áo rách
Mắt đẫm nhìn chiếc dép trên tay!

Quê hương ơi, bầu trời nào đây?
Quê hương ơi, còn gì đau thương hơn
Từng lớp người buông xuôi tay chết
Biển vô tình... đã cướp em tôi!

Người con gái Việt Nam trên đường tị nạn
Ngồi âu sầu bên giòng nước mênh mộng
Đôi vai gầy rung động, theo con sóng vỗ
Mắt đẫm nhìn chiếc dép... đang trôi...

... Người con gái Việt Nam trên đường tị nạn
Ngày qua ngày bên giòng nước mênh mông
đôi vai gầy rung động theo con sóng vỗ
Mắt đẫm nhìn chiếc dép... bập bềnh trôi!

Qua câu chuyện thuyền nhân và bài thơ "Chiếc dép".
Nhạc sĩ Việt Khang đã phổ nhạc bài thơ với tựa đề
"Người Con Gái Việt Nam Trên Đường Tỵ Nạn".

Nguồn: https://webpages.scu.edu/migrations/vietnamesefacts.html

Chờ một Tết mới

(... Nghe đảng cấm dân mình "Xuân về không đốt pháo", lòng ngậm ngùi thương quá đồng bào ơi...)!

Nhớ năm xưa...
Ba mươi Tết
Ông bà, cha mẹ, anh chị em
Hàng xóm, nhà nhà...
Người người, mặt tươi cười hớn hở
Đón Giao Thừa, trước ngõ một cành nêu
Phong pháo đỏ, đong đưa, thậm thượt...
Bên kia đường
Bọn trẻ, chạy đùa vui
Trong nhà nọ...
Cụ già ngắm "Bát Hương"
Tất cả cùng chờ đêm trừ tịch

Đạch đạch, đùng đùng...
Pháo nổ tung, xác hồng che nền đất
Đón giao thừa năm mới gặp nhiều may
Chúc Mẹ Cha, tuổi già... trăm tuổi thọ
Chúc chị, chúc em...
Xuân về thêm tươi thắm
Trai gái trong làng, hò hẹn đón Xuân
Cả đất nước vui chung niềm hạnh phúc
Tết ngày ấy xa rồi sao nhớ quá!
...
30/4/75...
Tạch đoàng...!
Đảng cộng sản đang phá tan đất nước!
Hai mươi năm đã trôi qua...

Nhưng, nhà nhà, người người
Trung, Nam, Bắc, vẫn tìm con, tìm chồng...
Tìm cha... trong Tù Cải Tạo!

Đảng lạnh lùng...
Một tiếng chửi... về không...
Phản Động!
Yêu nước... tao bắn!
Tiếng nổ... đoàng...
Che tiếng thét Việt Nam!

Hai mươi năm trôi qua mà đảng vẫn sợ...
"Xuân về cấm đốt pháo"

Thật buồn cười, sao đảng mãi u mê!
*Pháo hết nổ từ ngày **"đảng thống nhất"**!*

Thật buồn cười, sao đảng vẫn u mê...
Pháo dân tộc không "vê" bằng giấy!

Triệu hờn căm! Oán hận khắp trời xanh
Viên pháo ấy... đang chờ... dành cho đảng!

Lạy Đất Trời, lạy cả Nước... lẫn Non...
Hồn Chiến Sĩ hy sinh đời trai trẻ
Cho nước nhà được rạng rỡ ngày mai!
Giúp chúng tôi hoàn thành xứ mạng
Chấm dứt đảng cộng sản Việt nam!

Tổ Quốc sẽ sang trang!
Một Tết mới sẽ huy hoàng trên đất mẹ

Đạch, đạch, đùng đùng
Từ Bắc chí Nam...
Nhà, nhà vui tiếng pháo
Cả đất nước chẳng còn bóng công an

Đạch, đạch, đùng đùng
Trong ngõ, ngoài làng...
Toàn dân cùng đón Tết
Đạch, đạch, đùng đùng...
Viên pháo của toàn dân
Chung vui ngày hạnh phúc.

Mơ Quê – Tố Thư

Trung Thu ngày mai

*Tháng tám Trung Thu ở xứ người
Dăm ba đứa trẻ xúm đầu chơi
Chia nhau cây nến... khêu đèn giấy
Miệng chúm, tay che, khúc khích cười*

*Chạnh nghĩ tuổi thơ nơi đất Mẹ
Liệu còn có nến để mà chơi...
Hay là đang bới từng khu rác
Tìm chút niềm vui... miếng giấy bồi!*

*Thương quá, đàn em khờ vụng dại
Còn gì trong đống rác, em ơi!
Từ khi việt cộng tràn Nam Bắc
Đã hiến dâng Nga hết cả rồi!*

*Hãy cố vươn lên em bé Việt
Dân mình Kháng Chiến khắp nơi nơi
Dẹp tan lũ cộng xây đời mới
Khắp nước đèn treo lại rực trời.*

Mơ Quê – Tố Thư

Lẽ Đạo

Cha Mẹ...
Cho ta từ giọt máu, đến thịt xương
Cho ta hiểu lẽ "Vô Thường" qua giáo dục
Cho ta biết thế nào là yêu thương cốt nhục
Thế nào là hy sinh bỏ những tầm thường
Để vượt trên nỗi nhục!

Nhục mình, nhục nước, nhục tai ương!
Ôi! Cao qúy khôn lường
Làm sao nói hết được...
Hai chữ: Yêu Thương của Cha Mẹ
Công ơn ấy... cao dầy khôn tả!

Lại nữa...
Đất nước! Cho ta niềm hãnh diện
Được làm người của Tổ Quốc Việt Nam
Sao lại nhẽ... vô tình quên Đất Mẹ?
Biết bao người coi nhẹ kiếp nhân sinh
Đã nằm xuống cho dân mình hạnh phúc!

Nghĩ lại...
Giòng Lịch Sử quê Cha thật tàn khốc!
Chẳng khác nào... nạn hồng thủy vỡ đê!
Trước khi vỡ... nó soi mòn chân đất...
... Cái họa...! Ập đến sau!
Vô tình hay ngộ nhận...
Mặt nước vẫn êm... đời mình phẳng lặng
Và cứ thế... để mặc tháng ngày trôi.

Nhìn đất nước hôm nay...

Còn đâu, Ải Nam Quan...
Còn đâu Thác Bản Giốc!
Đặc Khu khắp Trung Nam...
Khắp nơi đều Tàu Cộng
Đang xé nát Việt nam!
Đầu tư và mất đất!
Nhà ta... chúng cấm vào?
Cướp đất mình êm quá!
Hỡi bà con khắp nước
Hỡi bạn trẻ khắp nơi
Cùng nhìn lại quê hương
Xem dân mình... chịu nhục!
Bao giờ mình đứng lên?
Để đuổi quân xâm lược!
Hãy can đảm lên thôi
Xóa bỏ đảng độc tài
Chung lưng xây dân chủ
Gióng tiếng nói Tự Do!
Bốn mươi lăm năm rồi...
Còn đợi đến bao giờ?
Nơi nào cũng Tàu Cộng!
*Nếu **Bắc Thuộc** **xảy ra...?***
Sẽ không là ngàn năm!
Có thể là mãi mãi...
Hãy nhìn Pháp Luân Công
Hãy nhìn xem Vũ Hán!
Bao nhiêu người bị giết?
Những người này là Tàu!

Nếu chiếm được Việt Nam
Liệu chúng có thương mình?
Hãy đứng lên tất cả
Chung vai cùng cứu Nước
Giữ toàn vẹn biên cương
Đừng để hận ngàn thu!

Nguồn: https://www.buctranhvancau.com/new-blog/2020/8/14/anh-hng-cang-tin-nhc-s-chu-nh-an-trnh-by-hp-ca

Trang Sử Việt ngàn năm đánh tan quân xâm lược!
Ngày xưa:
Hội Nghị Diên Hồng-1284. Đời Vua Trần Thánh Tông đánh tan quân xâm lược.

Ngày nay:
Đất nước rơi vào tay kẻ cướp Cộng Sản!
Chắc chắn sẽ đổi thay khi toàn dân quyết chiến.

Chống Ngoại Xâm!

Vận động toàn dân
Chống giặc ngoại xâm
Lấy lại Biển Đông

Đứng lên đi đồng bào ơi
Bao nhiêu năm qua rồi
Quê mình như áo rách!
Trên đất liền
Bản Giốc có còn không?

Ngoài Biển Đông
Ngư dân ta ra biển... chết gặp người
Vì đạn Tàu Cộng Xâm Lăng!

Đứng lên đi đồng bào ơi
Ta đi... để lấy lại
Hoàng-Trường Sa, Gạc Ma
Mãi mãi là của ta
Không thể tách rời
Không thể cho ai!

Biển, Đảo của ta...
Năm mươi năm qua rồi
Bao giờ ta lấy lại?
Hoàng-Trường Sa, Gạc Ma
Chỉ còn là thời gian...

Không nên chờ đợi
Ai cứu dân Mình
Khi Tàu Cộng Xâm Lăng?

...

Tôi đi vận động dân tôi
Chung vai cùng cứu nước
Trong ngoài như một
Tổ Quốc Việt Nam

Đứng lên đi đồng bào ơi
Hô vang khẩu hiệu
"Red China out of Việt Nam"
"Đuổi Tàu Cộng ra khỏi quê hương"
"Cắt lưỡi bò" lấy lại biển Đông

Đất nước Việt Nam
Vang danh thế giới
Trách nhiệm của mình
Không ngồi đó chờ ai
Tuổi trẻ Việt Nam
Vươn vai mà đứng dậy
Cứu lấy Gạc Ma
Lấy lại Trường Sa
Lấy lại Hoàng Sa

"Red China out of Việt Nam"
"Cắt Lưỡi bò lấy lại Biển Đông"

Việt Nam Muôn Năm
Việt Nam... muôn năm.

Bản Đồ Việt Nam
Hoàng Sa, Trường Sa là của Việt Nam.

Hoàng Trường Sa
mãi mãi là của ta

Vận động toàn dân
Chống giặc ngoại xâm
Đòi lại Biển Đông

Đứng lên đi đồng bào ơi:
Năm mươi năm qua rồi
Ta đi để đòi lại
Hoàng Trường Sa, Gạc Ma...
mãi mãi là của ta

Không thể tách rời
Không thể cho ai!
Biển Đảo của ta
Không nên chờ đợi
Ai cứu dân Mình
Khi Tàu Cộng Xâm Lăng!

Vận động dân tôi
Vận động dân tôi
Chung vai cứu nước
Trong ngoài như một
Đồng lòng hô vang
  "Đuổi giặc Tàu ra khỏi quê hương"
  "Red China out of Việt Nam"

(ĐK)
"Đuổi giặc Tàu ra khỏi Việt Nam"
"Red China out of Việt Nam"
"Đuổi giặc Tàu ra khỏi Việt Nam".

"Phen này nếu không đuổi được giặc (quân xâm lược) sẽ không trở lại giòng sông này"
Tượng Trần Hưng Đạo của điêu khắc gia Phạm Thông dựng tại bến Bạch Đằng. 1960.

Cố Thiếu Tá Hải Quân VNCH Ngụy Văn Thà Hạm Trưởng Hộ Tống Hạm Nhật Tảo HQ-10 Hy sinh vì Tổ Quốc Trong trận hải chiến Hoàng Sa. 19/01/74.

Nguồn: viettan.org

HOÀNG TRƯỜNG SA MÃI MÃI LÀ CỦA TA

Thơ: TÔ - THƯ
Nhạc: HOÀNG - TƯỜNG

FOX

Vận động toàn dân, chống giặc ngoại xâm đòi lại Biển Đông. Đứng lên đi đồng bào ơi! Năm mươi năm qua rồi, Ta đi đế đòi lại Hoàng Trường Sa, Gạc Ma mãi mãi là của ta, không thể tách rời, không thể cho ai, Biển đảo của ta, không nên chờ đợi, ai cứu dân mình khi Tàu cọng xâm lăng. Vận động dân tôi, Vận động dân tôi, chung vai cứu nước, trong ngoài như một. Đồng lòng hô vang, đuổi giặc Red Chi-

Tàu ra khỏi Việt Nam.   Vận động toàn   Nam.
Na out of   Việt Nam.   Nam.

Mơ Quê – Tố Thư 175

50 năm Trung Cộng cướp Hoàng Sa!
Hoàng Trường Sa biển đảo nước nhà
Nếu không đòi, ai trả cho ta?

Cuộc Biểu Tình Tại Thủ Đô Hoa Thịnh Đốn (DC)-Hoa Kỳ-Lên án Tàu Cộng xâm chiếm Biển Đảo Hoàng Sa - Mar. 17/2023.

Cuộc Biểu Tình Tại Sydney Úc Châu - March 17, 2023.

Nguồn: viettan.org

Bên hồ Sparrow-Toronto

"Cuộc đi chơi với gia đình tại Canada thành phố Toronto. Một mình bên hồ Sparrow, mặt nước trong veo và tĩnh lặng".

Buổi sáng bên hồ nước
Mặt trời dần lên cao
Bốn bề trong tĩnh lặng
Bất chợt nhận ra mình...

Thế thái cuộc nhân sinh
Giá trị! Bộ quần áo...
Vùng vẫy cõi ta bà
"...Lúc ông, lúc lại thằng"
Giăng giăng trời biển rộng
Ánh sáng vẫn chan hòa
Ban ngày, vẫn bình minh
Đêm khuya, trăng vẫn vậy
Luôn ban đời sự sống
Riêng mình cứ loay hoay
Chơi vơi giữa giòng đời
Quên người nơi cố quận!
Đến lúc... phải ra đi...
Hai bàn tay vẫn trắng.

Lời ru của Mẹ

"...Ngày con gái được hai tháng tuổi. Nhìn mẹ cháu ôm con vào lòng. Hình ảnh này làm tôi nhớ Mẹ năm xưa và buột miệng hát ru và viết vội ra giấy. Sau đó được các bạn khuyến khích và đã được phổ nhạc (1984)".

Nhìn con thơ
Ngủ vùi trong tay mẹ
Lòng bồi hồi chợt nhớ một ngày xa
Khi ấu thơ mẹ thường ru tôi ngủ
À ả à ơi...
Cái ngủ à cho say
Ả, à ơi
Con ngủ à cho say
Mẹ ra là ra ruộng cấy
Mẹ về là về đồng xanh
Con lớn nhanh
Mẹ vui đồng xanh cũng chín
Ngày lúa vàng cha về người lập công

Bao nhiêu năm cha con rừng sâu kháng chiến
Mẹ khấn cầu quê mình được bình an
Như giấc ngủ a ả à ơi...
Con ngủ à cho say
Ôi... tiếng ru con ngày nào
Bây giờ còn bên tai
A ả... à ơi
Đâu ngờ con mẹ chia tay...
Buông lơi hai tiếng à ơi ngày nào!
Thằng con trai của mẹ
Ngày nay khôn lớn
Đã xa rời trong tầm tay mẹ à ơi...

Nhìn con thơ
Trên tay say giấc ngủ
Lòng thật buồn
Tôi nhớ Mẹ thân yêu
Giờ mẹ tôi đôi má chắc nhăn nheo
Chờ tin con...
Thằng con ru tiếng à ơi xa rồi!
A ả à ơi
Con say giấc ngủ
Ngày nào Bà ru cha.

Nhạc và lời: Sáo trúc Việt Nam Phạm Thường (1984)

Mơ Quê – Tố Thư

Em đếm sao trời

Một buổi tối ra sau vườn, ôm con vào lòng, ngước lên trời nhìn các vì sao và bắt chợt như có một nguồn cảm hứng, tôi đã ngân nga trong miệng và lấy cây sáo trúc ra thổi thành nhạc để hai bố con cùng vui, cùng hát đùa với nhau. Lúc này cháu khoảng 5 và sau này cháu đi lập gia đình (2015). Trong ngày cưới, lúc giờ khai mạc chương trình văn nghệ, cháu đã cùng với các bạn hát bài này và tôi đã thật là vui nhưng cũng thật là xúc động.

Nhìn lên bầu trời cao
Em đếm sao trời
Một, hai ba
Ô kìa vì sao sa... bốn, năm...
Nhìn lên bầu trời cao
Em đếm sao trời
Từng vì sao lấp lánh như cười cùng em
Sao ơi sao, ta muốn như người
Trên cao làm bạn cùng trời cùng gió trăng.

Em Đếm Sao Trời
A Lullaby

Phạm Thường
(Sáo "tông Đô")

Bản nhạc "Em đếm sao trời" viết cho thiếu nhi, theo thể loại "Dân Ca", nhịp 2/4. Viết bình thường cho các em để tập thổi sáo. Một người chơi sáo giỏi có thể thổi búng lưỡi, phi lưỡi, nhịp nhanh như tiếng chim và cũng có thể phụ họa với người hát.(Nhanh hay chậm tùy ca sĩ và người chơi sáo). Sau khi hát đến cuối bài, cây sáo sẽ độc tấu, nên tạo nhịp vui, lạ bằng cách thổi búng và reo lưỡi, tạo cho âm thanh vui nhộn, làm cho bản nhạc được sinh động và đến cuối bài nên thổi ngân dài ra để "ca sĩ" bắt nhịp vào và hát tiếp tục cho đến hết (sáo vẫn đi theo để phụ họa).

Cháu Ngoại 5 tuổi

"40 năm sau... Ôm cháu ngoại "Hoà Ái" vào lòng và dạy cháu cùng hát..."

Hòa Ái của ông bà
năm nay lên 5 tuổi
Đi học về rất ngoan
Thưa ông lại thưa bà
Thưa mẹ và thưa cha
Thưa Bà Phương ở nhà

Hôm nay con đi học
Được cô giáo cho quà...

Năm nay con 5 tuổi
Con sẽ luôn chăm học
Để mai mốt nên người
Thưa Ba cùng thưa Mẹ
Con hứa là sẽ ngoan
Yêu cô và thương bạn
Xứng đáng học trò ngoan.

Cháu ngoại hai tuổi thổi sáo... Hôm nay cháu 5 tuổi, đang học đàn Piano và về nhà mẹ cháu cũng cho cháu tập bài "Em đếm sao trời" của ông Ngoại.

Chúc Tết Thông Gia

Năm cũ lôi đi những kém may
Xuân về Qúy Mão vạn điều hay
Chúc cho anh chị cùng gia quyến
Sức khoẻ an khang phúc lộc đầy

Tình cảm Thông Gia chẳng khác tùng (1)
Cùng lòng chia xẻ ước mơ chung
Một ngày đất nước không cộng sản
Dựng lại quê hương nước sẽ Hùng.

(1) Chẳng khác tùng: Tùng là một loại cây qúy, người ta hay làm cây cảnh (Bonsai) để trưng trong nhà, có mùi thơm. Ý nói tinh thần "thông gia" ngày một vững chắc và qúy nhau hơn.

Yểm Trợ Quốc Nội!

Những Tết vừa qua dân khốn khổ
Cảnh nhà Covid! Thuốc nào đâu?
May mà hải ngoại... nhanh tay cứu
Thuốc sữa... khẩu trang được gởi về...

Yểm trợ bà con trong lúc khó
Đảng thì hạnh phúc thuốc đầy khay (csVN)
Dân cùng! Khốn nạn nào ai biết!?
May qúa... tình người vẫn còn đầy.

Nguồn: viettan.org

Chủ trương "chống dịch như chống giặc," của cộng sản. Phong tỏa cực đoan kéo dài khiến người dân lâm vào cảnh vô cùng khó khăn túng thiếu.

Công tác cứu trợ bà con trong nước mang tên "Chút Quà Yêu Thương" của đảng Việt Tân, nhằm chia xẻ phần nào những khó khăn mà bà con lao động, gia đình nghèo đang phải hứng chịu trong lúc đại dịch Covid-19 hoành hành khắp cả nước.

45 năm tháng Tư Đen nhìn lại!

Nhìn lại Tổ Quốc tôi
Bốn mươi lăm năm rồi
Việt Nam vẫn đau khổ!
Suy nghĩ khác với đảng
Vẫn phải vào trại giam!

Tôn giáo như đất vụn...
Nhà Thờ, Chùa, Miếu, Thất
"Chủ chăn" đều bị bắt!
Giang san như chiếc bánh
Đảng tha hồ liên hoan!
Đất Biển dâng Tàu Cộng
Giữ chặt tình "răng môi"

Đảng sống nhờ chỗ dựa
Dân lành bị giết oan!
Giờ đây nhìn lại đảng
Tham nhũng và đầu cơ
Cắt đất ra từng mảnh
Bán nước để nuôi đảng!
Phụ nữ và trẻ em...
Gía trị của con người
Với đảng, như bùn đen!
Hỡi bà con khắp chốn
Nhìn lại vụ Đồng Tâm
Ba ngàn quân Cộng Sản
Tông thắng vào nhà dân
Giữa đêm vang tiếng thét!
Đạn nổ... tung thịt xương!

Mơ Quê – Tố Thư

Người chết! Đất Đồng Tâm...
Tất cả... về tay đảng!
Khác nào cảnh năm tư...
Ngày tiếp thu Hà Nội!
Hàng triệu người vào Nam
Tìm tự do, lánh nạn...
Đảng Cộng Sản Việt Nam!
Cả Miền Bắc tan hoang
Trăm ngàn người chết oan!
Cuộc cải cách ruộng đất
Máu nhuộm đỏ thôn làng
Khăn tang ... như cò trắng!

Ba Mươi Tháng Tư này
Bốn mươi lăm năm tròn
Thời gian... đã qúa đủ
Đừng phó mặc Việt Nam!

Nguồn: viettan.org

Tưởng Niệm
45 năm, tháng Tư Đen!
(1975-2020)

Thương qúa Việt Nam ơi…
Hai lần biệt xứ!
Ngày cộng sản tiếp thu Hà Nội (1954)
Làm sao mà quên được
Hoa ngâu buồn trên cây
Hoa bưởi trắng màu tang
Cả Miền Bắc tan hoang vì Cộng Sản!
Bộ đội, công an chui vào làng rình rập
Bắt bớ, thủ tiêu người yêu nước!
Xác vứt trên đê
Xác phơi ngoài đồng
Xác nổi trên ao…
Ôi, người chết khắp nơi…
Những hạt máu rơi, văng đầy như sơn đỏ!
Viễn chinh Pháp về nước
Chúng đốt làng, nhà cháy khắp nơi
Mẹ tôi bảo, con ơi, con phải hiểu…
*Ngoại nhân: **"Lạ máu tanh lòng"**!*

Giờ tôi hiểu. Nghĩ lại thấy càng đau!
Nhưng vẫn không thể…
Sánh bằng… dã tâm cộng sản!
Chúng vào làng…
Lôi Bố Mẹ… bắt con đấu tố!
Chôn sống! Ném đá, cắt đầu!
Giết người dã man! Lệnh của Bác!
Cướp của khắp nơi…
Cả miền Bắc tan hoang!

Khăn tang trắng, xé vội chít lên đầu
Đưa người thân ra mộ mà hồn ở đâu đâu!
Năm 54! Những người còn ở lại...
Chứng kiến người thân vào tù hay bị giết!
Tất cả chết oan... nhưng đảng có tài sản!

Hàng triệu người vào Nam
Chưa hết nỗi kinh hoàng!
21 năm sau...
Ba mươi tháng tư Bảy lăm!
Cả đất nước đã vào tay cộng sản!
Một lần nữa...
Hàng triệu người ly tán!
Bắc, Trung, Nam...
Hàng vạn người chết trôi trên Biển!

Ôi, định mệnh...
Ôi, Tự Do!
Thuyền nhân và hải tặc!
Trăm ngàn người chôn trong bụng cá!
Bao nhiêu người thấy bến Tự Do?
Vượt đường bộ! Lạc bước rừng sâu...
Hồn thiếu nữ... ôm ngọn cỏ u sầu!
Quê hương mình thế đó!

Tôi bật khóc, đất nước ơi... thương qúa!
Mảnh dư đồ như nón lá tả tơi!
Bao người đã hy sinh vì nước...
Bảo vệ núi sông
Bảo vệ Biển Đông...
Hoàng Trường Sa, Gạc Ma...
Liệu đảng có tri ân?
Hay cứ mãi tôn thờ Tàu Cộng!

Mơ Quê – *Tố Thư*

"4 tốt 16 chữ vàng", cúi đầu làm nô lệ! (1)
Giữ đảng! Bán nước, cầu vinh!

Đã đến lúc dân mình phải quyết
Bắc Trung Nam, trong ngoài như một
Bảo vệ lãnh thổ, lãnh hải Việt Nam
Vai bên vai cùng nhau Tưởng Niệm
45 năm, tháng Tư Đen lần cuối!

Nuôi chí hùng anh...
Bước theo chân người yêu nước
Tiền nhân anh hùng, giữ nước đấu tranh
Các chiến sĩ vô danh và các nhà Dân Chủ
Từng lớp người.,. Đông Tiến...
Quay về nước và họ đã hy sinh (1987)
Mặt Trận và Việt Tân...
Những Anh Hùng Dân Tộc...
Họ nằm xuống... bắc cầu cuộc Canh Tân
Đã đến lúc toàn dân mình phải quyết
Cả ba miền, một lượt đứng lên
Xóa bỏ độc tài, xây nền dân chủ
Chung tay, dựng lại giấc mơ chung
Canh Tân Nước Việt! Tổ Quốc Quang Vinh.

(1) 4 tốt: **"Láng giềng tốt, bạn bè tốt, đồng chí tốt, đối tác tốt"**. Vậy mà đất của Việt Nam họ chiếm! Cắm lại Cột Mốc, mất cả chục ngàn cây số vuông! Bản Giốc không nguyên vẹn. Ải Nam Quan cũng mất và Biển Đông, chúng tung hoành! Hoàng Sa cũng bị Tàu Cộng chiếm đoạt ngày 19/1/1974! Đến nay đã 50 năm rồi. - Phương Trâm 16 chữ vàng của Tàu Cộng: **"Láng giềng hữu nghị, hợp tác toàn diện, ổn định lâu dài, hướng tới tương lai"**. Tuyên bố năm 1999. Thật là khốn nạn!.

Việt Nam!
Tiếng Mẹ gọi

"Tìm về chốn chôn nhau"

Quê quán anh đâu...
Có nghe nỗi đau đất nước?
Có nghe tiếng Mẹ gọi...
Hà Giang, Lào Kay
Cao Bằng, Lai Châu, Bắc Kạn
Phong Saly, Yên Báy, Thái Nguyên...
Những đứa con tuyến đầu của Mẹ
Những đứa con từ thuở nằm nôi

Tuyên Quang, Lạng Sơn
Mống Cáy, Sơn La, Phú Thọ
Bao phen núi rừng vùng dậy
Thái Nguyên, Bắc Giang, Vĩnh Yên
Sơn Tây, Hà Nội
Đời đời bảo vệ núi sông
Chẳng làng nào chịu yên
Không nơi nào chịu nhục
Kháng Chiến Toàn Dân
Thịnh suy! Chưa bao giờ ngừng bước
Điêu tàn thì dựng lại
Áp bức lại vùng lên

Biên Cương ngàn đời trải rộng
Bắc Ninh, Hải Dương, Hải Phòng...
Hà Đông, Hưng Yên, Thái Bình
Nam Định, Thanh Hóa,
Nghệ An, Vinh, Hà Tĩnh...
Vào đến Quảng Bình, Đồng Hới

Miền nào chẳng "Địa Linh"
Nơi nào thiếu "Nhân Kiệt"
Một tiếng hô "Sát Thát"
Vạn quân thù tan theo dòng nước bạc!
Đánh Tây, đuổi Nhật...
Lịch sử nước nhà... chưa kịp ghi danh...
Nước mắt đã hai hàng lệ nhỏ
Cả Dân Tộc lâm vào đại nạn! *(30/4/75)*
Cộng Sản Việt Nam!
Thống nhất cái gì... mà...
Vạn người bị bức tử?
Kể cả bọn "mặt trận giải phóng Miền Nam"
Thành phần của đảng đều bị thanh toán!
Giờ chỉ còn lại một mình đảng...
Tha hồ vơ vét!
Đảng cộng Sản hôm nay
Trở thành "tư bản Đỏ"
Quê Mẹ, nát tan!
Sát vai cùng Tàu Cộng
Khai thác mọi tài nguyên
Để làm giàu cho đảng!

Việt Nam hỡi Việt Nam...
Quê quán anh ở đâu?

Có nghe tiếng hờn căm trong gió?
Có nghe tiếng Mẹ gọi đêm khuya?
Bắc, Trung, Nam phải sẵn sàng
Đừng chờ đợi... cái ngày...
Bọn Tàu Cộng xâm lăng
Dân mình... ôi, sẽ khổ
Mãi mãi trong đọa đày!

Quảng Trị hỡi, Thừa Thiên ơi...
Quảng Nam, Quảng Ngãi...

Bình Định, Quy Nhơn, Phú Yên...
Những trái tim hiền hòa, giàu nghị lực
Những bàn tay bới sỏi nên cơm
Đắp núi xẻ mương
Kiên cường, giữ gìn đất Tổ
Không cúi đầu trước tai ương nghiệt ngã!
Chẳng sờn lòng trước gió bão nắng mưa
Sao đành nhìn Quốc nhục?
Sao để mất Biển Đông...
Hoàng-Trường Sa là của Việt Nam!
Sao để đảng dâng cho Tàu Cộng?
Tất cả đang ở đâu?
Hãy tìm về chốn **"chôn nhau"** (1)
Lắng nghe lòng rung động
"Nhìn lũ đảng liên hoan...
Trên lưng dân tộc Việt"!
Miền Trung đâu rồi...
Cánh tay dài nối Bắc Nam
Tiếng "O" cười duyên dáng
Chừ, chi rứa... mô tê
Nhẹ nhàng thánh thót
Hãy đứng lên
Giành lại nụ cười thôn xóm
Đắc Lắc, Nha Trang, Cam Ranh
Lâm Đồng, Ninh Thuận...
Bình Thuận, Bình Tuy, Long Khánh
Khoai sắn ấm thân người
Đất đỏ thắm bàn chân
Nắng hồng má con gái...
Tóc dài xỏa nương khoai

Sẵn sàng một sớm mai...

Sài Gòn, Biên Hòa, Phước Tuy
Long An, Kiến Tường, Gò Công...
Những cánh đồng cò bay thẳng cánh
Những hạt gạo, nặng chĩu đôi vai
Những hàng dừa đong đưa đôi mắt
Lời *"dí dầu"* chưa dứt khỏi làn môi...
Tiếng **"gua"** thương ngọt ngào trái mận (2)
Hãy đứng lên
Đào mương
Cô lập đảng
Để giành lại, đất Tổ cha ông!
Tất cả hãy đồng lòng...
Kiến Phong, Sa Đéc, Vĩnh Long
Kiến Hòa, Kiên Giang, Phong Dinh...
Vĩnh Bình, Ba Xuyên, Bạc Liêu
Những trái cam, trái bưởi
Thơm ngọt bàn tay người
Những hòn than quý gía
Những cọng lúa "khôn"...
Theo mùa lên xuống...
Những nhánh sông nước tràm
Xanh thắm như gương

Tất cả hãy vùng lên
Toàn Dân Tổng Nổi Dậy
Nước Việt sẽ đổi thay
Sẵn sàng "Trang Sử Mới"
Sẽ hết nhục hôm nay!
Quê hương rồi lại sáng
Nước Việt sẽ vinh quang.

(1) "Chôn nhau" cắt rốn. (Burying the placenta and cutting the umbilical cord.)

Bản Đồ Việt Nam

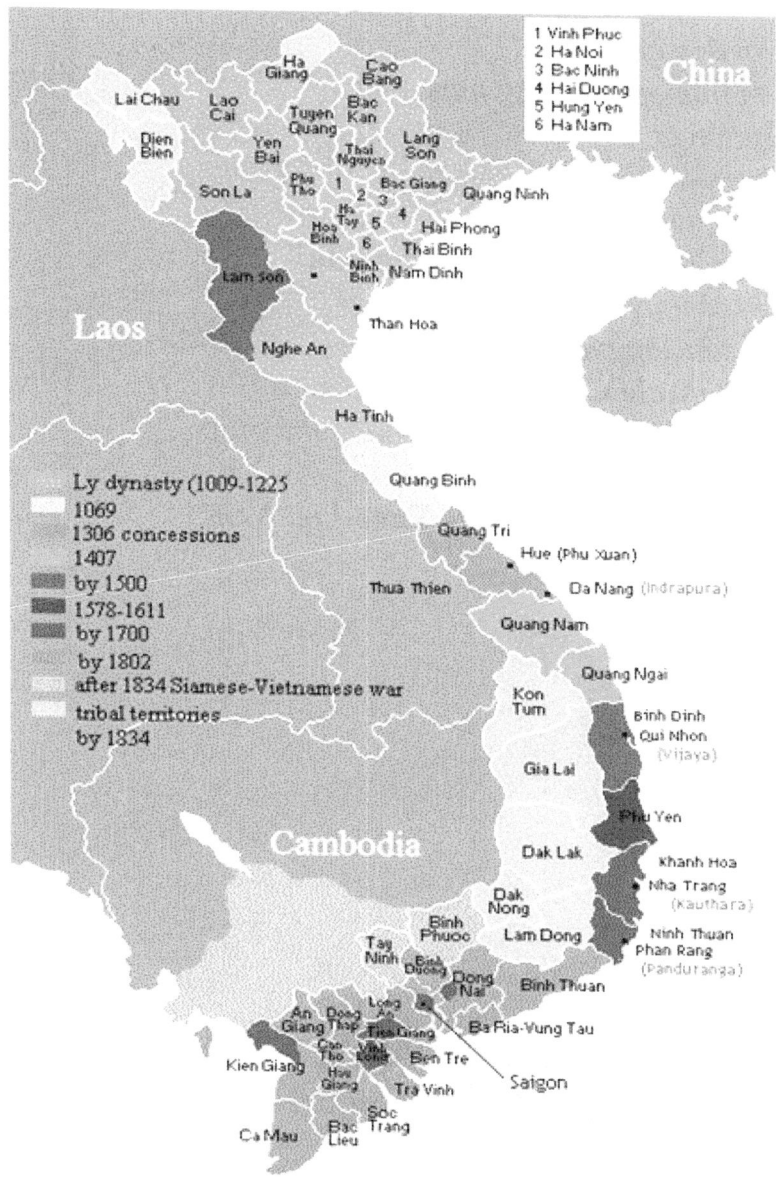

Nói đến quê Cha

Nói đến quê Cha...
Em luôn mang dòng máu Việt
Dù tên gì...
Em vẫn mãi "Gốc Việt Nam"
Đứng lên em...
Vươn tay mở khóa cửa **"tâm hồn"**
Em sẽ thấy Việt Nam mình đẹp
Để sẵn sàng nối bước Cha Ông
Trong ý chí Canh Tân Đất Nước
Một Việt Nam phải ngang hàng thế giới
Các em là:
Trang Sử Mới của Đất Nước Việt Nam.

Bác nông phu và con trâu

(Sáo trúc Việt Nam Phạm Thường viết cho sáo trúc: Tông Đô)

Hỡi con trâu đứng ngoài ruộng kia
Trâu mày ơi đứng mơ, đứng mơ, mơ gì
Có gì bên ngoài ruộng đâu?
Thôi cùng ta hãy mau, hãy mau quay về
Ruộng ta, lúa... (í) nhà
Ruộng ta lúa (i) nhà...
Trâu hỡi trâu này...
Cấy cày là nghiệp của ta
Này trâu ơi...
Ruộng ta, ta cày
Mai này lúa trổ đầy bông
Thôi cùng ta hãy mau, hay mau ra đồng
Ruộng ta, ta (í) cày
Gặt về phơi
Lúa gặt về phơi
Này trâu ơi...
Dân mình sẽ lại giàu thôi...
Không đi xin của người
Không đi xin của ai
Ta về, ta tắm ao ta
Dù trong dù đục ao nhà vẫn hơn
Này trâu ơi...
Bây giờ ta trả công mày
Đi ra ngoài ruộng... nhìn trời với ta.

Mơ Quê – *Tố Thư*

Ghi Ơn Quốc Tổ Hùng Vương

(Việt Nam Tranh Đấu Sử, viết cho buổi tổ chức Đại Nhạc Hội Văn Nghệ "Ghi Ơn Quốc Tổ Hùng Vương" năm 1987).

Quốc Tổ Hùng Vương dựng núi sông
Khai Dân, lập Quốc giống Tiên Rồng
Cháu con ghi nhớ công ơn Tổ
Dựng lại non sông quyết một lòng.

---*---

Ghi Ơn Quốc Tổ Hùng Vương
Dựng lại đất nước Việt Nam...

Nghe như truyền thuyết
Lạc Long Quân, Âu Cơ gặp gỡ ...
Sinh ra giống nòi Rồng Tiên
Người con trai đầu lấy hiệu Hùng Vương
Đặt tên cho nước là... Văn Lang
Qua bao giòng lịch sử thăng trầm,
Văn Lang đã đọc đổi là Việt Nam...

Người Việt Nam gia công xây đắp quê hương
Đã bao lần quân Nguyên tàn phá nước
Nhưng vẫn chạy dài vì ý chí dân ta
Đó quê hương ta, do ông cha xây dựng

Mình là là Dân Việt mãi, mãi phải ghi ơn
Cho đến nay bốn ngàn năm Văn Hiến
Nào Tây, nào Tàu, giặc ngoại bang xâm chiến ...
Nhưng vẫn chạy dài vì ý chí dân ta.

Hôm nay đây... vận nước nhà gặp cơn nguy biến
Giặc Cộng trong nhà bán nước hại dân!
Còn đâu Nam Quan ...
Còn đâu Bản Giốc....
Hoàng Trường Sa, oai linh, nghiệt ngã!
Cộng sản vô thần ... xé nát lịch sử ông cha!
Cộng sản vô thần xé nát lịch sử Việt Nam!

Đồng bào ơi, chung vai chung sức đứng lên
Giành quê hương, giành lại đất nước
Dựng lại dân, dựng lại người,
Nung chí lớn cha ông, ba miền Trung Nam Bắc
Quyết một lòng ... đuổi giặc ngoại xâm.
Chấm-dứt cộng sản Việt-Nam
Đuổi quân Tàu ra khỏi quê hương
Canh tân nước Việt.
Dựng lại giang sơn.
Dựng lại con người.
Dựng lại mai sau.
Tuổi trẻ Việt Nam
Hãnh diện, giống nòi...

Mình là người Việt-Nam.
Oai Linh Bốn Bể.
Con Cháu Lạc Hồng.
Ghi Ơn Quốc Tổ Hùng Vương.
Dựng lại đất nước Việt Nam.

- Bài thơ này đã được viết thành nhạc năm 2022 và đã được trình diễn trong ngày Kỷ niệm 40 năm Đại Hội Đảng Việt Tân. Đánh dấu 40 năm hoạt động.

Nguồn:
https://commons.wikimedia.org/wiki/File:Mausoleum_of_Hung_King.JPG

Đến Quốc Tổ Hùng Vương, núi Ngũ Lĩnh.
Hàng năm vào ngày 10 tháng 3 âm lịch là ngày Giỗ Quốc Tổ Hùng Vương, hay còn gọi là: Lễ hội Đền Hùng.

Quốc Tổ Hùng Vương dựng núi sông
Khai Dân, lập Quốc giống Tiên Rồng
Cháu con ghi nhớ công ơn Tổ
Dựng lại non sông quyết một lòng.

Thơ, nhạc: **Tố Thư**

202 Mơ Quê – Tố Thư

Nhớ nhà...

Nhớ nhà, ai ngủ không mơ?
Trở về quê cũ, kẻ chờ người mong
Riêng tôi, khắc khoải trong lòng
Giấc mơ gặp mẹ bên song héo gầy
Tóc người... bạc tựa áng mây
Nhìn qua khung cửa, mắt đầy lệ rơi
Cách xa chỉ mấy năm trời
Ngày nay nhìn lại thân người già nua!
Vắng đâu có tiếng cười đùa
Các em nhỏ dại ngày xưa lớn rồi
Sao tôi chẳng nói lên lời...
Người thân tôi đó! Phải người lạ đâu?
Lòng bực dọc, lẫn âu sầu
Đưa tay, vuốt mặt, bứt đầu, bứt tai
Thoảng nghe, có tiếng thở dài...
Gió thu lành lạnh bên ngoài lá bay
Giật mình, tỉnh giấc mới hay
Hồn nơi Cố Quốc! Xác này tha phương!
Nắm tay, siết chặt đau thương
Hận loài cộng sản, giận phường hại dân!
Đồng bào ơi, khắp xa gần...
Đau thương đồng cảnh tìm lần đến nhau
Ta về chung ngọn "Cờ lau" (1)
Dẹp tan quân giặc, cùng nhau xum vầy
Toàn dân sẽ hết đọa đày
Vui trong hạnh phúc của ngày năm xưa.

(1) "Cờ lau": Một loại cỏ lau mọc ở đồng ruộng. Một đứa trẻ chăn trâu tên là Đinh Bộ Lĩnh, quê quá Hoa Lư, đầy lòng yêu nước đã cùng với đám trẻ chăn trâu lấy cỏ lau làm "Cờ" tập trận và sau này nước nhà gặp loạn 12 sứ quân Đinh Bộ Lĩnh đã đứng lên dẹp tan. Năm 968 Đinh Bộ Lĩnh lên ngôi, xưng là Đinh Tiên Hoàng Đế.

Xuân nơi đất khách

Xuân Việt Nam mai vàng nở rộ
Xuân xứ người hoa giấy thê lương
Tết xưa xác pháo ngập đường
Tết nay người vắng phố phường xa xôi
Thanh thiếu nữ, đánh rơi mộng đẹp
Nơi đất người... thôi khép tâm tư
Xuân nay... nơi đó bây chừ...
Hồn trong địa ngục! Xác chờ bên song!
Chúa xuân ngấp nghé bên dòng
Hỏi chuyến đò ngang biết khách mong?
Hay đành... mặc khách trong lòng...
Có chăng cũng chẳng thong dong cùng về
Bánh chưng đó! Nằm trơ giấy bạc!
Pháo nổ buồn... vắng tiếng người thân!
Rượu kia màu đỏ kém phần...
Xuân sang chẳng biết! Thiếu người dựng nêu!
Xuân đất khách rong rêu ngày tháng
Mở rượu hồng! Khách cuối nẻo xa
Chắp tay ngồi nghĩ quê nhà...
Rượu cay chưa nhắp! Sao ngà ngà say.

UKRAINE!
Địa ngục trần gian!

Đất nước Ukraine hiền hòa, hạnh phúc
Bỗng một ngày... Putin xâm chiếm CRIMEA!
Dân bàng hoàng! Nhưng để ngày qua... *(Mar.2014)*
Mà không nghĩ... cướp chờ bên cạnh!
Tết hết rồi! Sao còn nghe pháo...?
Bỗng giật mình! Nước bị xâm lăng! *(Feb.2022)*
Chưa tỉnh giấc, hồn bay khỏi xác
Cả thôn làng cháy rụi tro than!
Nhìn xung quanh, chẳng thấy bóng người...
Chỉ thấy tan hoang và gạch vụn!
Vạn căn nhà bỗng hóa vườn hoang
Bao sinh mạng vùi chôn trong gạch
Thế giới bàng hoàng! Putin xâm lược!
Thật hãi hung! Tội nghiệp Ukraine!
Lính Putin, tù nhân, tội phạm...
Bắt được người chúng giết thẳng tay
Tha hồ bắn... lòng không rung động
Mạng sống người... thua cả cỏ cây
Nước Ukraine, đêm ngày là địa ngục!
...
Nghĩ đến Việt Nam! Tôi bàng hoàng
Liệu Tàu Cộng... có tha Nước Việt?
Hãy cứ nhìn bọn xâm lược Putin...
Sẽ thấy được, xâm lăng khó tránh
Bước khởi đầu... chúng dời Cột Mốc
Giải Sơn Hà... thu hẹp biên cương
Vạn thước đất, về tay Tàu Cộng!

Nam Quan, Bản Giốc! Mất cả rồi!
Chẳng ai nhắc... thế rồi lại quên
Còn Biển Đảo, Hoàng Trường Sa nữa...
Cũng đã thuộc về tay Tàu Cộng...
Năm mươi năm rồi... đảng có nhắc?
Chúng tha hồ giữ đảo của ta
Ngư Dân ra biển là chúng bắn...
Chúng giết sạch! Lấy cả cái cần câu!
Đừng im lặng! Còn chờ ai nữa?
Hãy đứng lên giành lại Biển Đông
Nếu không cứu dân mình? Ai cứu?
Chính chúng ta phải cứu lấy mình...
Đất của Tổ, con dân trách nhiệm
Đừng đợi ngày đạn pháo xâm lăng!
Nước sẽ nát! Dân mình thống khổ!
Sẽ chìm vào... địa ngục trần gian!
Bản Đồ Việt!... Còn trong trang Sử?
Đứng lên đi, cứu lấy nước nhà
Hoàng Trường Sa là Đảo của ta
Phải lấy lại... những gì đã mất.

Nguồn: viettan.org

Nga và Ukraine!

Nguồn: viettan.org

Ukraine và sự độc ác điên rồ của Putin.

Thánh Địa GAZA!

Chuyện xa xưa... Jerusalem, vùng đất hứa ...
Cũng là nơi "Con Chúa" sinh ra
Trong máng lừa... nghèo khổ như ai
Tội Tổ Tông... Ngài xin gánh cả...
Nhận đóng đinh thay cả cho người!
Kẻ phản bội cũng lần tha thứ
Phụ nữ kia... thoát làn mưa đá!
Của bọn người... tội lỗi đầy tâm!
Chỉ biết ghét... hơn thương đồng loại
Chúa ơi Chúa... xin Ngài cứu độ
Cứu chúng con thoát cảnh trầm luân
Trong cuộc sống... lắm kẻ vô thần
Cũng là người... nhưng lòng đầy quỷ!
Ukraine: Máu người, ướt dầm bàn chân!
Giải Gaza: Xác văng theo gạch vụn!
Địa ngục trần gian trên đất Gaza!
Chúa ơi Chúa... chúng con đầy tội
Con xin Ngài... cứu rỗi chúng con!

Thành phố GAZA

Nguồn: https://www.nytimes.com/live/2023/10/29/world/israel-hamas-war-gaza-news

Nguồn: https://www.aljazeera.com/news/2021/5/27/bidens-pa-emphasis-in-gaza-reconstruction-aid-risks-backfire

Lễ Tạ Ơn thứ 48!

Tạ ơn Chúa, ơn trên Trời Phật
Cho chúng con đến bến tự do
Tạ ơn nước cưu mang tị nạn!
Cho chúng tôi cuộc sống ấm no
Con cũng xin Tạ ơn Mặt Trận
Đã vì dân kết hợp đấu tranh
Vì Tổ Quốc "Canh Tân Nước Việt"
Tạ ơn những "Anh Hùng Đông Tiến"
Đã cho tôi từng bước canh tân
Tạ ơn các chiến hữu xa gần
Mở vòng tay chung sức đấu tranh
Cho tôi góp phần mình không thẹn
Trong lý tưởng Canh Tân Nước Việt
Bốn mươi tám năm dài... nhưng ngắn...
So với Tình Chiến Hữu khắp nơi
Trong căn nhà Việt Tân Miên Viễn
Gắn bó này mình sẽ thành công
Trong lý tưởng Canh Tân Đất Nước
Tạ ơn trước nghĩa cử đồng bào
Trong tinh thần "sức dân làm chính"
Góp tài, lực yểm trợ đấu tranh!
Tạ Ơn Chúa, Ơn trên Trời Phật
Giúp chúng con tha thứ cho nhau
Để gắn bó hoàn thành Đại Cuộc
Canh Tân lại Đất Nước Việt Nam.

Ngày Truyền Thống Đảng

(Cuộc đấu tranh để chấm dứt chế độ cộng sản, độc tài phi nhân tính này thật khó khăn! Nếu tự bản thân không nhắc nhở, kiên trì rèn luyện thì sẽ rất khó để đạt được thành công).

Hôm nay ngày Truyền Thống
Anh em được xum vầy
Chung vui ngày Dựng Đảng
Kể nhau nghe cái khó
Khoe cái đã thành công
Tuyên Dương Tình Chiến Hữu
Mọi công trạng ngang nhau
Không phân biệt Nam, Nữ
Mới thấy được điểm chung
"Canh tân! Chính con người"

Mới thấy được tinh hoa...
Của ngày xưa Dựng Đảng
Kết hợp những trái tim
Yêu Dân và Yêu Nước
Bằng một cái "Tâm Đồng"

Đồng Tâm Xây Dựng Đảng
Đồng tiến đến thành công
Đồng thanh nhịp nhàng bước
Đồng lòng theo số đông
Đồng cam go, chịu khổ
Đồng chia ngọt xẻ bùi
Đồng tha thứ cho nhau

Đồng hành qua gian khổ
Sẽ đến bờ Canh Tân!
Hôm nay ngày Dựng Đảng
Mẫu số chung "Hòa Đồng"
Chìa khóa của Canh Tân.

Ngày 27 tháng 8 là ngày Lễ Tưởng Niệm Anh Hùng Đông Tiến khắp nơi trên thế giới. Do các Cơ Sở Đảng Việt Tân đứng ra tổ chức.
(Hình ảnh các Chiến hữu Tiên Phong, thuộc Mặt Trận Quốc Gia Thống Nhất Giải Phóng Việt Nam, đã Anh Dũng Hy Sinh trên đoạn Đường Đông Tiến trở về lại quê nhà (Việt Nam) năm 1987).

Tưởng nhớ Chiến Hữu Nguyễn Kim.
Một tấm lòng cho quê hương

(110823)

Người xưa nhìn giặc mắng thù
Vì dân vì nước ngại gì giáo gươm
Ngày nay cộng sản bất lương
Buôn dân bán nước...
Trăm phương hại người!
Cũng may Mặt Trận ra đời
Đoàn Quân Đông Tiến kéo về cứu dân
Hoàng Cơ Minh mưu sâu chí cả
Nguyễn Kim Hườn tài chí Họ Phan **(PĐPhùng)**
Nằm gai nếm mật, không màng
Chỉ mong đất nước thoát vòng tối tăm!

Kiếp nhân sinh "vào sinh ra tử"
Chẳng đặng lòng ... để mặc Quê Hương
Sống đọa đày trong vòng tay cộng sản
Chẳng nhục nào hơn đất nước hôm nay!
Bước anh đi vạn người đang tiến bước
Xin an lòng yên giấc ngủ Canh Tân.

Kiếp nhân sinh "vào sinh ra tử"
Anh yên lòng tuổi trẻ sẽ noi gương
Lấy chí cả người xưa đi trước
Cho dân mình thoát cảnh tai ương

Kiếp nhân sinh "vào sinh ra tử"
Anh yên lòng tuổi trẻ sẽ noi gương
Lấy chí cả người xưa đi trước
Xin an lòng đất nước sẽ phải được Canh Tân.

Lãnh Đạo Tiên Phong Của Đảng Việt Tân

Nguồn: viettan.org

Cầu xin ơn trên hướng độ Hương Linh cho các Chiến hữu "Tiên Phong Việt Tân" về nơi cõi Phúc, hỗ trợ cho công cuộc đấu tranh Tự Do, Dân Chủ cho Việt Nam, mau sớm thành công.

Một tấm lòng cho quê hương

Nhạc và lời: Tố Thư

Đính chính. *Thơ Tố Thư*
Nhạc: Nam Phong. Cảm ơn Nhạc sĩ Nam Phong.

Đến đi!

Nhớ về Đại Lão Hòa Thượng Thích Tuệ Sỹ và cũng là một TNLT đầy khí phách. (20 năm tù khổ sai và với án tử hình 11/1988).
Ngài đã gởi Giác Thư đến Nông Đức Mạnh và Phan Văn Khải.
"Không ai có quyền xét xử tôi, không ai có quyền ân xá tôi".
Cám ơn Hòa Thượng đã để lại cho đời tấm gương Vô Ủy.
Viên tịch ngày: 24/11/23, tức 12 tháng 10 năm Qúy Mão, tại Chùa Phật Ân, tỉnh Đồng Nai, Việt Nam. Thọ 80 tuổi.

Khác nào như giọt nước
Đến đi... rồi trở lại
Như kiếp sống con người
Cũng đến rồi cũng đi
Một vòng sinh vô tận
Giọt nước... đến và đi
Lưu lại từng khao khát

Từ Bi trong Phật Pháp
Để lại cho thế gian
Từng giây là hạnh phúc
Từ Bi và giọt nước
Đến đi cùng để lại...
Hạnh phúc cho tha nhân
Ra đi không vướng bận
Chẳng mang nợ kiếp này
Ai đòi nợ kiếp sau?
Thong dong như giọt nước.

Mừng Lễ Giáng Sinh

(Năm thứ 49: 1975-2023)

Đông về, tuyết trắng rơi…
Trong nhà… người sưởi ấm
Bên Hang Đá Bê-Lem *(Bethlehem)*
Hình ảnh Chúa ra đời…
Đặt nằm trong máng cỏ
Cảnh nghèo hèn thế gian!
Chúa vượt lên đau khổ
Sống cùng với nhân gian

Đóng đinh trên Thập Giá
Chịu tội cho con người…
Hôm nay ngày Giáng Sinh
Đón mừng Chúa ra đời
Dù con là Phật Tử
Nhưng tin Chúa trên Trời
Ngài cưu mang nhân loại
Thoát cảnh ngộ trái ngang
Hàng ngàn năm về trước…

Hôm nay con xin Ngài
Đoái thương Dân Tộc Việt
Đồng bào con sống khổ!
Trong bàn tay bạo quyền *(đảng csVN)*
Chúng tước đoạt Tự Do!
Bắt giam người yêu nước!
Khủng bố lên người dân
Bắt tôn thờ "bác Hồ" *(Hồ Chí Minh)*
Cấm tự do Tôn Giáo!

Mơ Quê – Tố Thư

Phải sống như người mù!
Đảng ban phát "Tự Do"
Xem người... như con vật!
Tự do mà không có...
Khác gì trong bóng đêm?

Chúa ơi! Con xin Chúa!
Che chở cho chúng con
Những người đang tranh đấu
Cho hạnh phúc người dân
Một ý chí can trường...
Vượt qua mọi cạm bẫy
Tiến hành cuộc Canh Tân
Cho toàn dân hạnh phúc
Sống cuộc đời tự do
Không lo âu cộng sản
Khắp nẻo đường đất nước
Đón mừng Chúa Giáng Sinh
Trong máng lừa "vô nhiễm"
Xin tha tội chúng con.

Con là người Phật Tử...
Xin Chúa giúp dân con
Thoát khỏi cảnh đọa đày.

Merry Christmas

Feb. 2023

Winter comes, white snow falls...
In the house, people keep warm
Beside the Grotto of Bethlehem (Bethlehem)
Nativity images...
Laid in a manger
Worldly poverty!
God overcomes suffering
Living with humanity
Crucified on the Cross
Blame humanity...
Today is Christmas day
Celebrate the birth of God
Even though I'm a Buddhist
But believe in God in Heaven
He carries humanity
Escape from the opposite situation
Thousands of years ago...
Today I ask You
Love the Vietnamese People
My compatriots live in misery!
In the hands of tyranny (Vietnamese Communist Party)
They take away Freedom!
Arrest patriots!
Terrorizing the people
Forced to worship "Uncle Ho!" (Ho Chi Minh)
Ban Freedom of Religion!
Must live like a blind person!
The Party that bestows "Freedom"

See people... like animals!
Freedom without...
What's the difference in the dark?
Oh my God! I beg God!
Protect us
People who are fighting
For the happiness of the people
A courageous will...
Overcome all pitfalls
Implement innovation
For all people to be happy
Live a free life
No worries about communism
All over the country
Celebrate Christmas
In the "immaculate" manger
Please forgive us our sins.
I am a Buddhist...
God help my people
Escape the curse.

(Translation by Dr. Phạm Lưu Giang)

Mừng con ngày sinh nhật

Thấm thoát... thời gian trôi nhanh quá
Thế mà nay... con đã tròn bốn mươi
Sống cho con, cho chồng, vun gia đạo
Để trong nhà hạnh phúc mãi ấm êm
Con lại biết... "tu tâm" luôn là chính
Để giúp mình và Tổ Quốc Việt Nam
Một đất nước bao người đang mong đợi
Con đang làm và học sống tha nhân
Công sức ấy! Món quà luôn bên cạnh...
Chúc mừng con ngày sinh nhật bốn mươi.

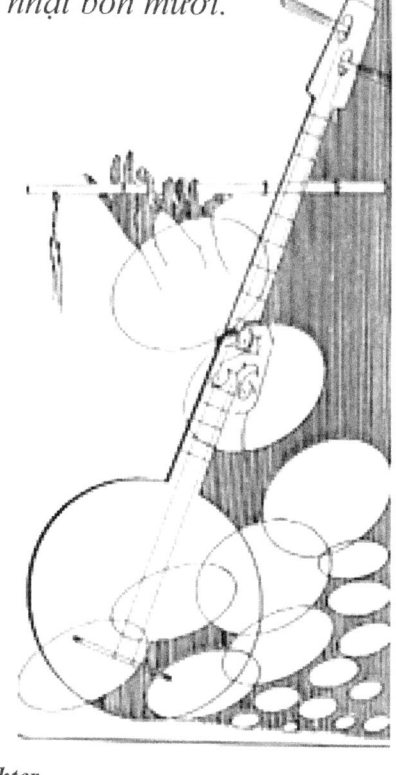

Happy Birthday to OUR dear Daughter
Bố mẹ

Sinh nhật mẹ Cún...

Hôm nay, sinh nhật em
Có cần phải nói ra...
Lần này bao nhiêu tuổi?
Hay cứ chúc mừng em
"Thật vui ngày sinh nhật"
Con mang mẹ chiếc bánh
Không đủ chỗ cắm nến
Thôi... một cây cũng được
Từng năm cứ trôi qua
Em đếm tuổi sinh nhật
Riêng anh lại đếm ngày...
Hai mẹ con sát cánh
Cùng bố đi đấu tranh
Cho tự do, dân chủ
Và nhân phẩm con người
Không còn bị chà đạp
Dưới chế độ phi nhân
Để dân mình hạnh phúc
Ngày hải ngoại hồi hương
Toàn dân cùng dựng nước
Chúc mừng em sinh nhật
Một cánh hồng trong tim.

Bố Cún.

Cháu ngoại 5 tuổi vẽ card Happy Birthday chúc mừng sinh nhật Bà Ngoại.

Thơ không niêm luật

Thơ tôi không niêm luật
Chỉ nói lên sự thật
Nghĩ sao thì nói vậy
Không thêm bớt vu oan
Cộng sản là cộng sản
Họ không phải là người!
Không đồng bào ruột thịt
Không cả đến cha con
Bọn bất nhân cộng sản!
Một đảng cướp không hơn...
Tất cả vì quyền lợi (1)
Họ sẵn sàng giết nhau
Không mảy may rung động!
Hãy cứ xem Cộng Sản
Có nước nào Tự Do?
Các bạn nghĩ thế nào?
Trước một người nô lệ..
Đó chính là Việt Nam!
Tôi nói lên sự thật
Nhờ thơ để chuyển lời
Xin tất cả đứng lên
Xóa bỏ kẻ độc tài
Dựng lại đời cho dân
Canh tân lại đất nước
Hạnh phúc của toàn dân.

(1) Quyền lợi: Quyền lợi của Đảng Cộng Sản là trên hết, nên họ theo dõi lẫn nhau. Sẵn sàng giết nhau nếu thấy va chạm đến quyền lợi riêng tư và của Đảng khi họ nghi ngờ (một hệt thống tham nhũng).

Mơ Quê – Tố Thư

Ước nguyện cuối năm...

Sáng nay ba mươi Tết
Sửa soạn dọn Bàn Thờ
Lau chùi đôi đèn nến
Đánh bóng bộ "Lư" đồng
Thổi bụi cả bát Nhang
Đợi chờ đêm trừ tịch

Đến đúng giờ giao thừa
Cúng Thiên và Lễ Phật
Cầu gia đạo bình an
Xin Chúa và xin Phật
Cho đất nước bình an
Cho dân mình tỉnh ngộ
Trước chế độ bất nhân
Đám cộng sản vô thần!
Mọi người phải đứng lên
Mới mong ngày hạnh phúc
Nếu cứ mãi cúi đầu
Đất nước sẽ về Tàu...
Không cần chờ Bắc Thuộc!

Hải ngoại cần gia tăng
Yểm trợ cuộc đấu tranh
Giúp đồng bào quốc nội
Trong ngoài cùng đứng lên
Sẽ chấm dứt bạo quyền
Chung vui ngày Tết mới
Giáp Thìn của toàn dân
Tự Do và Độc Lập.

Đón Xuân Giáp Thìn

(Hải ngoại, năm thứ 49: 1975-2024)

Cứ mỗi lần Tết đến
Tôi lại đếm thời gian
Đếm tuổi già không đợi!
Đếm nỗi khổ quê hương!
Ước gì mình trẻ mãi...
Chung sức với mọi người
Tranh đấu cho Tự Do
Cho Nhân Phẩm con người
Cho Tổ Quốc mến yêu
Thoát chế độ độc tài!
Chung vui mừng xuân mới
Pháo nổ rền khắp nơi...

Hôm nay... như năm cũ...
Thắp nén Hương Giao Thừa
Vẫn xin ơn Chúa, Phật
Hộ Trì người đấu tranh
Sớm hoàn thành ước nguyện
Chấm dứt đảng cầm quyền (csVN)
Dựng lại một quê hương
Bằng tình thương trên hết
Không lừa lọc, gian tham!
Để đất nước phú cường
Chung vai cùng dựng nước
Hãnh diện mình Việt Nam.

Đầu xuân khai bút.

Báo tin buồn!

Hôm qua nhận được tin cháu
Báo tin buồn... Chú ơi... mẹ cháu...
Vừa mới đi vào lúc sáng nay!
Tôi thẫn thờ... im lặng phút giây
Nghe thổn thức, cháu mình đang khóc!
Thương cho mình... cả kiếp nhân sinh
Một chớp mắt... trở thành thiên cổ!
Tôi gục đầu nhìn lại hôm nay
Cái mình mất... không là tài sản...
Mà chính là mất hết người thân!
Từ cá nhân... đến cả toàn dân...
Sống tủi nhục trong tay Cộng Sản
Bọn bất nhân tước đoạt tự do!
Cấm dân nói, khác gì người chết?
Liệu an lòng... đợi đến ngày mai...
Nhìn cả nước... toàn dân tuột giốc.

- Ngày tôi rời nước (30/4/75), Chị Dâu tôi, tuổi khoảng 34, 35 tuổi! Năm mươi năm ở vậy nuôi con (Ông anh Cả tôi, SQ.QLVNCH, hưởng Dương 33 tuổi, mất vì công vụ ngày 24 tháng Giêng, Canh Tuất) và nay chị tôi cũng đã ra người thiên cổ, hưởng thọ 85 tuổi, mất ngày 24 tháng Giêng, Giáp Thìn! Thật là một đặc biệt, một sự ngẫu nhiên cả hai anh chị đã mất cùng ngày! Thời gian trôi nhanh quá, làm sao chúng ta có thể níu lại được! Nhưng chắc quý vị cũng như chúng tôi đều tin rằng: Thời gian sẽ đi mất, nhưng hành động sẽ để lại! Nhất là hành động sống cho tha nhân, sống cho "Tổ Quốc Việt Nam", cho đời sau vững chân bước tới, vun sới cho hạnh phúc của toàn dân.

Ước mơ Canh Tân Việt Nam

Đời tôi... chạy giặc bảy mươi năm!
Sức khoẻ tay chân... hơn cả đầu
Nên đất nước đắm sâu lệ thuộc...
Vào sức người hơn lực đôi chân
Tôi thẹn lắm nhìn em thất học
Cả cuộc đời bán sức nuôi thân
Kéo theo cả nước mình đi xuống!
Không chỉ thế, còn Đâu Lịch Sử?
Bốn ngàn năm chí khí oai hùng!
Đã chôn theo, tinh thần nô lệ! (1)
Để vực lại giống Dân Hồng Lạc
Là chính mình phải tự canh tân
Lấy trí dung cùng xoay xã hội
Sẽ thoát vòng quỳ lụy ngoại nhân!
Tôi xin nhận làm người trong cuộc
Góp bàn tay "trồng hạt dựng nhân"
Vào hệ thống "Canh Tân Đất Nước" (2)
Để làm nền "Giáo Dục" mai sau
Cho tuổi trẻ cùng nhau dựng nước
Việt Nam, rồi thoát nhục hôm nay!
Dân sẽ sống hài hòa hạnh phúc
Xin tất cả cùng tôi chung sức...
Đổi tư duy, sẽ chuyển ngày mai
Một Việt Nam sáng ngời thế giới
Đứng thẳng người sánh bước năm châu.

(1) Tinh thần nô lệ: CSVN, lệ thuộc vào Tàu Cộng và Nga để giữ Đảng.
(2) Hệ Thống Canh Tân Việt Nam: Một Tổ Chức Hội Đoàn Tư Nhân Độc Lập, Vô Vụ Lợi với mục đích: Giáo Dục, Huấn Luyện Lãnh Đạo, Ủng Hộ Nhân Quyền và Dân Sinh. Với tên gọi: Việt Nam Reform Foundation hay viết tắt là (VRF).

A Dream of Renewal

All my life... seventy years, I've been running from aggressions!
My limbs are stronger ... than my head
So my country sinks into subordination ...
Rather of the human strength than the strength of my feet
I'm ashamed that you missed your schooling
All my strength was steeped in earning a living
And it has dragged down my own country!
Not only that, where has our History gone?
Four thousand years of imposing spirit
Have been burried under a bondage mentality! (1)
To revive the Hong Lac glorified race
Renew ourselves we must
Using both our "mind" and "courage" to turn around this space
To set it free from foreign subordination!
I am willing to get involved
In giving a hand to "sow the seeds of humanity"
In a system of "Modernization for our Country" (2)
Setting up a foundation for future "Education"
Helping the youth to build our Vietnamese nation
Setting her free from today's disgrace!
The people will live a life of harmony and peace!
Let us put together our effort ...
Changing our mindset, to change our future
For a glorious Viet Nam standing with the world
Standing tall to march with the five continents.

(Translation by Linh Chân Brown, PhD)

Nói với bạn trẻ Việt Nam, nhất là các em sinh vào thời điểm 1975, thế hệ đi sau của chúng tôi.

Còn vài ngày nữa là đến Ngày 30/4, đánh dấu "49 năm 30/4 Đen"! Ngày đen tối nhất của cả dân tộc Việt Nam! 49 năm qua, người Việt Nam tỵ nạn cộng sản đi tìm tự do và họ đã đặt được chân đến bến bờ Tự Do! Họ đã vươn lên bằng hai bàn tay trắng và nay đã có một mái ấm gia đình, một đời sống ổn định. Các con em của họ đã trưởng thành và thành công trên mọi phương diện với nhiều chức vụ cao trọng, trong xã hội, từ khoa học, kỹ thuật đến cả lãnh vực Quốc Phòng quân đội. Đặc biệt hơn 49 năm qua cũng đã có 4 thế hệ ra đời, thế hệ nào cũng được học hành đến nơi đến chốn.

Cũng trong 49 năm này, tại Việt Nam dưới chế độ cộng sản: "Dân oan" đi khắp phố, khiếu kiện đòi lại đất đai! Tuổi trẻ thất học, sống vất vưởng nơi vỉa hè bán vé số, kiếm tiền phụ giúp cha mẹ! Thanh thiếu niên, những tưởng là, "rường cột của đất nước", nhưng thực tế thì ngược lại, bao nhiêu năm dùi mài kinh sử, cuối cùng phải vứt bỏ mảnh bằng vì không tìm ra việc! Vật lộn với đời sống bằng đủ mọi nghề, miễn là có tiền, kể cả nghề công an! Họ đâu có ngờ rằng khi đã bước chân vào nghề công an (do Đảng chi phối) thì họ phải vâng theo Đảng để hù dọa hay đánh đập dân thì mới có tiền và ngày qua ngày họ đã vô tình trở thành kẻ hại nước!

Đảng dùng quyền để đàn áp dân tộc! Kể cả nếu cần

phải giết để cướp đất, cướp tài sản của dân, làm giàu cho cá nhân và tạo sức mạnh cho đảng (cứ xem vụ giết người Đảng viên Cộng Sản (gần 60 năm tuổi Đảng) như vụ án Đồng Tâm, Cụ Lê Đình Kình 81 tuổi bị giết để lấy đất (2020) thì sẽ hiểu rõ hơn về chế độ Đảng Cộng Sản Việt Nam! Tuổi trẻ Việt Nam, từ Nam lẫn Nữ, đa số bất mãn xã hội và sa vào con đường rượu chè, say sưa, quên đời vì không có tương lai.

Một vấn đề quan trọng mà tôi thấy cần phải nêu lên để các em hiểu rõ. Đó là Lá Quốc Kỳ Việt Nam (1949-1955). Lá Cờ với nền Vàng Ba Sọc Đỏ. Lá Cờ này mới là lá Cờ khởi đầu của nền "Dân Chủ Việt Nam Cộng Hòa, có trưng cầu dân ý toàn dân (ý kiến của toàn dân) từ năm 1948" và đó là biểu tượng Đại Diện cho Dân Tộc Việt Nam. Lá Cờ này cũng đã được cả thế giới công nhận, trước khi Cộng Sản mang lá Cờ Đỏ, Sao Vàng do Đảng Cộng Sản thế giới vẽ ra cho Ông Hồ Chí Minh mang về Việt Nam để cướp chính quyền năm 1954 (lá cờ này không đại diện cho Dân Tộc Việt Nam)! Không có ý kiến của toàn dân! Vì vậy mà lá Cờ máu này đã không được toàn dân tộc Việt Nam đồng ý. Lá Cờ Đỏ Sao Vàng đến nay vẫn chỉ là đại diện cho Đảng Cộng Sản Việt Nam mà thôi và cũng vì vậy mà kể từ năm 1954 cho đến nay toàn dân Việt Nam, từ Bắc, Trung Nam, người dân vẫn đứng lên tranh đấu để giành lại lẽ phải cho dân tộc! Trong đó là các quyền: Tự Do, Dân Chủ và Nhân Quyền cho Việt Nam.

Kể từ khi Cộng Sản cướp chính quyền, tiếp thu Hà Nội năm 1954. Họ đã trương lên lá Cờ Máu của **Đảng Cộng Sản Việt Nam, màu Đỏ với ngôi Sao Vàng**, để cai trị đất Bắc và tiến hành cuộc chiến tranh "Huynh đệ tương tàn" kéo dài từ năm 1954 đến 1975! Họ bắt tuổi trẻ Việt Nam tập kết, xung phong vào bộ đội (quân đội) đưa vào miền Nam và tất cả những người trẻ này đều phải xâm mình (tattoo) **"sinh Bắc tử Nam"**, để phát động cuộc chiến tranh Nam Bắc, kéo dài 21 năm! Cuộc đấu tranh tương tàn để biến Việt Nam thành một nước Cộng Sản! Đã không biết có bao nhiêu gia đình tan nát! Có bao nhiêu tuổi trẻ miền Bắc và cả Trung, Nam đã phải chết oan cho tham vọng của cộng sản Việt Nam!

Tôi viết những hàng chữ này không để tuyên truyền hay tranh luận với các bạn về lá Cờ mà chỉ nêu lên một sự thật đau thương nhất của Lịch Sử Dân Tộc Việt Nam và những lừa đảo của cộng sản Việt Nam đối với toàn dân tộc Việt Nam mà tôi là chứng nhân và cũng còn là một quân nhân! Nếu bạn nghi ngờ xin hãy cứ đi tìm, bạn sẽ thấy những điều tôi viết ra đây là cả một sự thật đau lòng và là xương máu của cả Dân Tộc Việt Nam.

Có nhìn lại những tang thương của đất nước, các bạn sẽ thấy rõ âm mưu của Đảng Cộng Sản Việt Nam, họ đã và đang từng bước chôn vùi Văn Hóa Việt! Xóa bỏ dòng Sử Oai Hùng của dân tộc Việt, cấu kết với Tàu Cộng để củng cố quyền lực của Đảng trên đất nước Việt Nam!

Cộng sản Việt Nam chính là con ong trong tay áo dân tộc Việt, cần phải rũ bỏ! Viết đến đây, mắt, mũi tôi cay nồng!

Tôi tin vào lẽ phải và tin vào sự trưởng thành của các thế hệ đi sau, sự thành đạt của các em đã cho tôi như là một người được sống trong ánh sáng! Tôi tin rằng các em sẽ không để tương lai dân tộc Việt Nam mình trôi theo từng ly rượu "cai trị bất nhân" của đảng cộng sản Việt Nam đối với dân tộc.

Xin các em hãy vẽ cho mình một tương lai của đất nước, trong đó mình là người Việt Nam và hãy can đảm đứng lên **"vứt bỏ tấm chăn nô lệ"** của đảng cộng sản Việt Nam đã và đang đắp trên người mình! Hãy mạnh dạn đứng lên để thay đổi đời sống của chính mình và cho cả dân tộc Việt Nam.

Một ngàn năm đô hộ giặc Tàu! Một dân tộc Việt Nam nhỏ bé, nhưng họ đã đánh bật kẻ xâm lược ra khỏi Việt Nam, qua ba (3) lần Bắc thuộc, tổng cộng gần một ngàn năm bị đô hộ! Người Việt Nam đã thành công! Không bằng hỏa tiễn xe tăng mà bằng **chính dũng khí và lòng tự trọng, tự hào của dân tộc Việt.** Khí hùng anh cao ngất! Người Việt Nam đã đứng vững trên đôi chân của mình và đó chính là: "Lấy sức mạnh toàn dân đánh đuổi kẻ xâm lược". Tinh thần này đã làm cả thế giới kinh ngạc và kính trọng trước lòng yêu nước của dân tộc Việt Nam.

Ngày hôm nay dưới sự cai trị của Đảng Cộng Sản Việt Nam thì đất nước đã mất cả hàng ngàn cây số vuông về tay Tàu Cộng. Biển Đảo Hoàng Sa, Trường Sa cũng bị Tàu Cộng chiếm giữ (gần 50 năm rồi). Ngư dân ra biển thì bị tàu hải cảnh của Tàu Cộng, ngăn chặn, bắn giết, máu ngư dân nhuộm đỏ biển đảo Hoàng Trường Sa! Đảng cộng sản đã làm gì cho dân tộc hay đang bán từng mảnh đất nước Viết Nam cho Tàu Cộng.

Nói đến quê Cha...
Em luôn mang dòng máu Việt
Dù tên gì...
Em vẫn mãi "Gốc Việt Nam"
Đứng lên em...
*Vươn tay mở khóa cửa **"tâm hồn"***
Em sẽ thấy Việt Nam mình đẹp
Để sẵn sàng nối bước Cha Ông
Trong ý chí Canh Tân Đất Nước
Một Việt Nam phải ngang hàng thế giới
Các em là:
Trang Sử Mới của Đất Nước Việt Nam.

The fall of Saigon 30 tháng 4 đen - 1975
Nguồn:
https://www.pennlive.com/midstate/2015/04/story_of_quan_bui_and_his_de pa.html

Conversation with Vietnamese Youth, in particular the young people born after 1975, the generation that follows our generation.

Only a few more days to April 30th, the day that marks "49 years since the Dark April 30th"! That was the darkest day in the history of Viet Nam!

Forty-nine years have passed, Vietnamese refugees escaping the communist regime went on their way in search of freedom, and they have found the Land of Freedom! They have risen above their terrible fate using just their bare hands, they have found a warm family life, and a stable livelihood. Their children have grown up, become successful in many aspects, holding good working positions in society, from the fields of science, technology and even in the National Defense Military. Even more notable is the fact that within the last 49 years, 4 generations of Vietnamese have been born, and each generation has produced young people who successfully complete their education.

Also, within these 49 years, in Viet Nam, under the communist regime, "mistreated people" are crying out everywhere, demanding their home and land back! Young children did not have sufficient education, living on the street, selling lottery tickets to help with their parents' meager income!

Young people completing their tertiary education who would be "pillars of the country" but in reality, have to discard their degree and diploma because they cannot find work despite their hard earned educational achievement! They struggle to find all means to earn a living, as long as they can earn some money, including even to become a security police officer. Little did they know that once they become security police officers, they are forever controlled by the Party, and to receive money, they must do whatever the Party tell them to do even to threaten or beat up innocent people. Thus, inadvertently, and gradually they become betrayers of the nation!

The Party use its power to oppress the people! They even kill in order to rob the people of their land and other properties, to fill their own pocket and empower the Party (we only need to look at the Dong Tam case in the year 2020, when the elderly Mr. Le Dinh Kinh, 81 years old, a Party member having almost 60 years of membership, yet he was killed so that his land could be annexed by the Party; we would understand better how the Vietnamese Communist Regime work! The majority of young people in Vietnam, male and female, are disatisfied with the current society, and sink into abandonment with alcohol, to a depraved life since they cannot see a future.

An important fact that we need to bring up to help the young people understand the situation. And that is the issue of the Vietnamese National Flag (1949-1955). That is the Yellow Flag with Three Red Stripes. This is the original flag that welcomes the Independent

Republic of Viet Nam, the flag that was selected through national referendum since 1948, and it was recognized internationally as representative of the Nation of Viet Nam, before the Communists led by Ho Chi Minh brought back the Red Flag with a Yellow Star designed and given by the International Communist Party, so that he could use it to take over the Government of Republic Viet Nam, thus this Red Flag does not represent the Nation of Viet Nam! This flag the color of blood was not chosen by the people of this nation. Until now the Blood Red Flag only represents the Vietnamese Communist Party. Thus, from 1954 to the present day, the people from North to South continue to struggle to take back the justice for the nation! To take back the people's right to have Freedom, Democracy, and Human Rights for Viet Nam.

Ever since the Communists took power, taking Hanoi in 1954, they had raised the Blood Red Flag with a Yellow Star, to control North Viet Nam, and began their southward progression, starting a civil war that dragged on from 1954 to 1975! They forced the youth of Viet Nam to join up and volunteer to enlist and be brought to the South. All these youngsters had to have the slogan "Life in the North, and death in the South" tattooed on their body, thus starting a 21-year long North against South war! The brutal civil war turned Viet Nam into a Communist country! So many families were broken apart! So many youngsters in the North, the Central, and the South regions of Viet Nam suffered unjust deaths for the ambition of the

Vietnamese Communists!

I write these words not to propagate or argue with you about The Flag, but only to put forward the deepest grief in the Vietnamese History, as well as the fraudulent acts of the communist party toward the Nation of Viet Nam. I am a witness of these shameful events, as well as a soldier in that civil war! If you have any doubt, please go ahead and search out the truth, you will find that what I have written here is simply a sorrowful truth that has deeply hurt the people of Viet Nam. Only by looking back at the sorrowful events of our country can you see the Vietnamese Communist Party's conspiracy. They have begun and are continuing to destroy Vietnamese Culture step by step! They are erasing the heroic history of Vietnamese people, joining hands with Chinese Communists to reinforce and consolidate the power of the Communist Party on the very soil of Viet Nam!

Vietnamese Communist Party are the bees hiding in the sleeves of Vietnamese people, ready to sting the arms that hide them! They must be flushed out! Upon writing these lines, tears well up smarting my eyes and nose!

I believe in justice and in the maturity of the generations that come after us, their success has given me the bright hope to continue living! I believe that they will not let the future of Viet Nam drift along with the drunkenness of the Vietnamese Communist Party's "inhuman government". I implore you to draw up a future for your own country, a Viet Nam for

Vietnamese, and stand up bravely to **"discard the blanket of slavery"** draped on you by the Vietnamese Communist Party. Stand up to make a change for your own life and for all the people of Viet Nam.

One thousand years of domination by the Chinese aggressors! A tiny country of Viet Nam, yet we had chased out the invaders three times during those thousand years of invasion! We had succeeded! Not with rockets, nor with tanks, but with courage, with self-respect, with the pride of the Vietnamese nation.

Heroism was at its peak! Vietnamese had stood tall on their feet, and it was because we had "the strength of the whole people to fight off the invaders". This spirit surprised the world and made the world respect Vietnamese patriotism.

Today, under the rule of the Vietnamese Communist Party, the country has lost thousands of square meters of land to the Communist Chinese. Our Paracel islands and Spratly islands have been annexed by the Chinese for almost 50 years now.

Vietnamese fishermen going out to sea to fish have been obstructed and killed by Communist Chinese marine police. The areas surrounding these islands are bathed in the blood of our fishermen! What has the Vietnamese Communist party done for Viet Nam? Or have they just managed to sell our land piece by piece to Communist China…?

About your Fatherland
You carry the blood of Viet Nam always
No matter what name you're called
You would always be of the Viet descent
Stand up my youth
Stretch out your arms, and open up "your soul"
You will see the beauty of our Viet Nam
and will be ready to carry on your Elders' aspirations
In the pursuit of Renewal for our country
Viet Nam must step up to stand with the world
You, our youth, are…
A New Page for Viet Nam's History.

(*Translation by Linh Chân Brown, PhD*)

Bỏ tấm chăn nô lệ!

Bỏ tấm chăn nô lệ (cs)
Một ngày mới sẽ đến
Cuộc sống sẽ đổi thay
Đừng gục đầu cúi nhận
Chết mà vẫn xiềng gông!
Tại sao mình không đứng?
Để chấm dứt khổ đau!
Thiên An Môn và Hồng Kông
Sinh Viên Tàu thức tỉnh
Xuống đường đòi Tự Do
Hiểm nguy dàn trước mặt
Nhưng vì yêu cuộc sống
Dám thách cả xe tăng
Tự do hay là chết!
Việt Nam mình cũng vậy
Cha Lý là tấm gương
Tự Do là ánh sáng
Bóng tối là độc tài
Hãy cùng nhau một lần
Vứt tấm chăn nô lệ!
Xóa bỏ đảng độc tài
Ngày mới sẽ bừng lên
Văn minh sẽ tràn ngập
Trên dải đất Việt Nam.

Nhiếp ảnh gia Jeff Widener và bức ảnh nổi tiếng Tank Man. Người biểu tình vô danh - Tank Man tại Thiên An Môn năm 1989.

BBC: Sự kiện Thiên An Môn 30 năm trước hẳn luôn sống động trong ông?
Jeff Widener: Đúng vậy. Đó là sự kiện thay đổi cuộc đời tôi.

Nguồn: https://www.bbc.com/news/world-asia-48365624

Discard the blanket of slavery!

Let's discard the blanket of (communist) slavery
A new day will come
Life will change
Don't hang down your head in resignation
The shackles are still upon you even when you die!
Why don't we stand up?
To end the suffering!
Tiananmen and Hongkong
Students awoken
Came out to demand freedom
Danger was ahead
But for the love of life
They dare to challenge the tank
Freedom or death!
Our Viet Nam faces the same fate
Father Ly was a bright example
Freedom is our light
Darkness is tyranny
Let us decide together for once
Discard the blanket of slavery!
Eradicate the dictatorial party
A new day will break through
Civilization will spread
All over beloved Viet Nam.

(Translation by Linh Chân Brown, PhD)

Hạt giống mới Quê Hương

Khi đất nước tang thương
Hạt mầm bắt đầu nở...
Đến từ thời Quốc Tổ Hùng Vương
Họ đã khuất, nhưng "Khí Hùng" tồn tại
Bao ngàn năm vẫn nằm mãi trong tâm
Của mỗi người yêu dân yêu nước
Cây lớn dần theo nguyện ước canh tân
Trên giải đất Việt Nam nhiều đau khổ!
Sẽ vươn mình, diệt lũ gian tham
Cả đất nước ca vang hạnh phúc
Thế hệ theo sau cùng nhau bước tới
Dựng lại người, dựng lại cả giang san
Đem sở tài, dựng lại nước Việt Nam!
Dân Tộc Việt, lại vang lừng thế giới
Các em là: Hạt giống mới quê hương
Khí hùng anh chan hòa đất Mẹ
Chung sức vun bồi Tổ Quốc Việt Nam
Công nghiệp ấy... viên thành... và cứ thế...
Lại nằm yên trong huyết quản người dân
Ai yêu nước "vào tâm" tìm... sẽ thấy
Tiếp tục vun bồi "Công Nghiệp Tổ Tiên".

Homeland's New Seeds

When the country is in mourning
The seeds begin to hatch...
Coming from the time of the Nation's Ancestors
King Hung Vuong
They are gone, but their unyielding spirit still exists
Even after thousands of years, still lying "in the heart"
Of every person who loves the people and the country
The tree grows gradually according to the desire for innovation
There is much suffering in Vietnam!
Will rise up to destroy the greedy people
The whole country will sing happily
The next generation moves forward together
Rebuilding people, rebuilding the country
Use your resources to rebuild Vietnam!
The Vietnamese people are famous all over the world
You are: New seeds of the homeland
Heroic spirit pervades the Motherland
Join efforts to nurture the Vietnamese Fatherland
That wish is fulfilled... and so on...
Resting in the veins of the people again
Those who love their country will find it "in their heart"
Continue to nurture the work of our Ancestors.

(Translation by Dr. Phạm Lưu Giang)

Chuyện kể cuộc vượt Biên!
Nhân ngày "Tưởng niệm 49 năm tháng Tư Đen"!
1975-2024

Nhà tôi! Một thuyền nhân may mắn!
Bước chân đi ngửng đầu cầu khẩn
Xin ơn Trời, Chúa, Phật chở che
Cho chúng con thoát chế độ này! (csVN)
Cô em con vượt biên... bị lộ...
Phải vào tù... mua chỗ mỗi lần đi!
Đức Mẹ ơi... xin ngài cứu độ
Giúp chúng con đến bến tự do!
Đêm khuya vắng, con thuyền rời bến...
Ai cũng mừng... đã thoát lũ công an!
Ra giữa biển gió càng lồng lộng
Nỗi vui mừng bỗng chốc bị hoà tan...
Vào đợt sóng, nhô cao đập mạnh!
Ập vào thuyền tiếng gỗ kêu vang!
Chiếc hải bàn văng quàng xuống biển...
Tiếng thét vang... thôi mất hướng rồi!
Từng tia chớp, như cắt trời ngàn mảnh!
Sóng điên cuồng, cột nước dâng cao
Đổ ập xuống... như nuốt cả trời lẫn biển
Vào bụng sâu... địa ngục hải dương (!)
Mắt nhạt nhòa như thấy con đường...
Lại thấy cả... đáy sâu biển rộng!
Hai bên sườn là vách nước rẽ đôi...
Chưa kịp tỉnh... lại như... nắm được Trời
Miệng còn há mà tay như đã chạm đáy!
Chúa, Phật ơi, xin cứu chúng con
Từng tiếng hét, xuyên qua làn nước

Cả con tàu chẳng khác một quả banh!
Và cứ thế, con tàu như bầm dập
Bão vừa qua... lại gặp cướp Thái Lan!
Hai, ba chiếc hung hăng chạy tới
Cả con tàu sợ hãi... "Chúa, Phật ơi"
Chúng nhảy qua, vòng quanh lục lọi...
Cũng là may... họ thấy tàu chết máy!
Nên lột tiền... rồi bỏ lại ít cơm...
Họ đi rồi... cuốn theo niềm hy vọng...
Của đoàn người sắp chết... giữa biển Đông!
Nhưng may qúa, máy tàu đã được sửa
Một tuần sau đến được bến Bidong **(Pulau-Bidong)**
Gặp bà con khóc mừng... tủi tủi...
Phút giây này chung nỗi bi thương!
Giá Tự Do, của muôn vạn dậm trường
Chẳng riêng mình... mà ngay những người ở lại
Sống cuộc đời tủi nhục, đắng cay!
Dưới chế độ bàn tay vấy máu!
Quê hương ơi, sao cứ mãi đọa đày?
Dân tộc Việt, từng ngày bỏ nước...
Bốn mươi chín năm rồi, ai biết?
Cả ba miền hễ có dịp là đi...
Nhảy lên tàu bằng con đường vượt biển!
Liệu đến nơi... còn nguyên vẹn hình hài?
Bà con ơi, không thể mãi đi hoài...
Xin cùng đứng... chung vai mình thay đổi
Tự do rồi sẽ trở lại với Việt Nam
Và lúc đó toàn dân mình dựng nước.

**Trại tị nạn Đảo Pulau Bidong
Mã Lai Á. (khoảng năm 1980)**

Nguồn:
https://www.youtube.com/watch?v=KM8p2gqbbjk&ab_channel=TjEstrella

Để kỷ niệm một hành trình, vượt biên đi tìm tự do đầy gian nan, tủi nhục và nguy hiểm! Tôi đã lấy một khúc gỗ đẽo chiếc thuyền "vượt biên" để tặng nhà tôi trong ngày cưới 13/11/1982.

Bước chân Thầy Minh Tuệ

Con như một kẻ lạc...
Trong sa mạc mênh mông
Thân người như muốn đổ
Chợt giọt nước trên môi
Ôi, thôi sao mừng quá
Dù đó là mồ hôi...
Giọt nước của chính mình
Vậy mà như được cứu...
Giá trị giọt mồ hôi!

Hình ảnh Thầy Minh Tuệ
Miệt mài đôi chân đất
Đi từ Bắc vào Nam...
Mồ hôi chắc cũng lắm
Có phải vì tại "Tu"?
Hay vì dân mình khổ (?)
Chỉ ăn... ngày một bữa
Chỗ ngủ là đất hoang
Căn nhà không chủ nợ (?)
Nhưng thầy nợ thế gian...

Chọn cách Tu gian khổ
Không chỉ cho riêng mình
Mà xoa dịu tha nhân....
Mong "Dân Oan" được ấm
Kẻ đói cũng được no...
Không phải vì cơm gạo!
Mà khát vọng tự do!

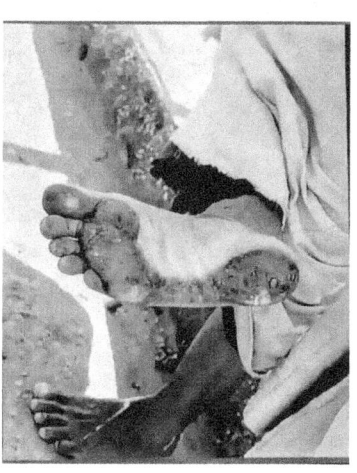

(Bàn chân Thầy Minh Tuệ chụp qua TV)

*"Thầy không là của ai
Nhận mình là dân Việt
Tìm đến Phật để tu...
không thuộc Giáo Hội nào"*

*Sáu năm trời ròng rã
Thầy đi khắp Nước Nam
Chỉ mong tìm giác ngộ
Vậy mà cả đất nước...
Đã "Ngộ" được một điều...
Đất nước phải Tự Do!
Nam Mô A-Di-Đà.*

Nguồn: viettan.org

Cung Trầm

Từng cơn gió cuốn
Từng chiếc lá vàng rơi
Tôi ngồi ôm gối trống
Nghĩ về cuộc đời...
Như chiếc lá kia rơi!
Ôi, xót thương cuộc đời
Mai này như chiếc lá...
Cũng một lần rụng rơi
Cho dòng nước cuốn trôi...

Phận người!
Hơn chi chiếc lá
Mà lòng người...
Sao vẫn qúa say mê!?

Ai không hay cuộc đời này
Nào khi chết có mang theo...
Được lầu vàng
Nào khi chết có mang theo...
Được cao sang...
Lầu vàng trên cát trắng
Dạ tràng...
Ngồi se cát biển đông!

Còn đâu dấu tay...
Còn đâu dấu chân...
Còn đâu dấu người...
Cũng một lần...

Con nước cuốn cuộn trôi!
Xin yêu thương tràn lòng người
Để khi chết sẽ mang theo...
Nụ cười sau kiếp sống
Vì đời như chiếc lá...
Cuối cùng mình cũng rơi.

Nhạc phẩm Cung Trầm đã được tác giả trình bày trong các sinh hoạt văn nghệ của 40 năm về trước. Rất tiếc, nay đã bị thất lạc. (Sẽ cố gắng viết lại).

Reflections

Wind after wind blows...
Each yellow leaf falls
I sit with my arms around my knee
Think about life, how it would be
Like a falling leaf?
Oh, sorry for our life
Tomorrow is like the life of a leaf
It will also fall
Let the water wash away...
Human destiny!
More than a leaf?
But people's hearts...
Why are we still so passionate!?
Everyone knows what this life is...
When we die, can we take anything?
Golden tower?
When we die, can we take anything?
Luxury?
Golden tower on white sand
Sand bubbler crabs...
Carry sand in the East Sea
Where are the fingerprints?
Where are the footprints?
There's no trace of people left!
Also once...
The water rolls away!
Please love everyone

Mơ Quê – Tố Thư

So that when we die, we will take with us...
A smile after life
Because life is like a yellow leaf...
It will eventually fall.

(Translation by Dr. Phạm Lưu Giang)

Lời cuối.

Xin chân thành cảm tạ.

- GS. Phạm Huy Cường (Cựu GS. Trung Học Nguyễn Trãi, trước 75)
- Nhà Báo, Bà Đàm Châu Hà (Cựu Chủ Bút Báo Dân Việt Houston)
- TS. Trần Diệu Chân
- KS. Ngô Trọng Đức (Nhà Đấu Tranh Dân Chủ)
- TS. Linh Chân Brown
- Cô giáo Lưu Ngọc Bảo (trước 75)
- BS. Phạm Lưu Giang
- Art Design. Phạm Nguyễn Hòa Ninh

Đã tích cực giúp đỡ, kiểm soát bài vở, sửa lỗi chính tả, phê bình, góp ý, điều chỉnh cho tập thơ được hoàn hảo. Dù vậy, tập thơ vẫn có thể còn sót lại một vài sai phạm mà đã vô tình bỏ qua, rất mong quý vị lượng tình tha thứ.

Tập thơ "Mơ Quê" rất cảm động và hãnh diện khi nhận được những lời khen ngợi và khích lệ, đặc biệt về những nhật xét về thơ Tố Thư, qua các bài viết "cảm nhận" bằng hai ngôn ngữ, Anh, Việt về tập thơ "Mơ Quê" thật chí tình.

Mơ quê xin gởi đến quý vị và các bạn, cùng các thế hệ đi sau, những khao khát và nỗ lực tranh đấu tự do, dân chủ cho quê nhà của những thế hệ đi trước, trong đó có cha ông các em. Để các em dễ tìm hiểu, trang thơ cũng có những bài chọn lọc được dịch ra Anh ngữ, giúp cho các em đọc và hiểu rõ hơn về lý do có mặt của mình nơi xứ người, biết về những hy sinh vô bờ bến của cha ông mình vì sao phải bỏ nước ra đi và thương sót cúi đầu cho những người không đến được bến bờ tự do hoặc đã hy sinh nằm xuống cho lý tưởng tự do cho dân tộc! Những đóng góp này chắc chắn sẽ giúp cho các em có thêm cái nhìn tích cực và sâu sắc hơn về những hy sinh của bố mẹ, của tầng lớp người đi trước. Họ đã không chỉ lo cho tương lai cho các con, cho gia đình mà còn hy sinh tính mạng để tranh đấu tự do, dân chủ cho Việt Nam.

Cảm ơn các bạn, các Ca Nghệ Sĩ, Nhạc Sĩ: Trần Dức Hậu, Hoàng Tường, Nam Phong, Việt Khang, đã phổ thơ thành nhạc qua các bài: "Ghi Ơn Quốc Tổ Hùng Vương", "Hoàng Trường Sa mãi mãi là của ta", "Một Tấm Lòng Cho Quê Hương", "Người con gái Việt Nam trên đường tị nạn". Nhờ những âm thanh tuyệt vời này mà trang thơ đã như là một làn gió mát đến với mọi người, đến với các bạn trẻ, nhất là sau khi các em đã nghe và đã đọc tập thơ, các em cũng đã tích cực giúp đỡ, sửa soạn cho buổi ra mắt. Các em đã cho tôi niềm cảm hứng vô biên, cảm ơn các em thật nhiều.

Tập thơ "Mơ Quê" không là cuốn sách Sử, hay là tư liệu chiến tranh, mà chỉ là những khát vọng được gói ghém trong thơ, chỉ xin trám vào một góc thật nhỏ trong lý tưởng yêu quê hương đất nước của các em, để các em cảm nhận được nỗi đau chung mà mạnh dạn đứng lên tiếp nối con đường mà cha ông đã và đang làm cho dân tộc Việt Nam.

Tôi biết thời gian của cuộc sống chẳng còn là bao!

Nhưng ước vọng và nỗi đau của dân tộc thì vẫn luôn ở trước mặt! Một dân tộc hiền hòa, khao khát được sống đời hạnh phúc, được sống Tự do, vậy mà trong suốt 49 năm qua, vẫn phải cúi đầu chấp nhận sự đàn áp của chế độ! Phẩm giá con người vẫn bị khinh khi, chà đạp!

Chẳng lẽ mình cứ ngồi yên, mặc dân mình sống tủi! Hay cứ đợi tuổi già ập đến! Suy nghĩ miên man, đứng lên tìm chồng thơ cũ, đọc và gom lại, viết đôi lời để gởi đến qúy vị, các bạn và các em về những đau thương tột cùng của dân tộc mà đời mình đã trải qua! Một vết thương của Tổ Quốc lớn qúa, một mình mình không chữa nổi! Vết thương này chỉ được chữa lành là khi nào tất cả con dân Việt cùng chung tay nhập cuộc. Hạnh phúc của toàn dân sẽ lại được hồi sinh vì chúng ta có những thế hệ kế thừa mang chung lý tưởng yêu nước đang chờ cơ hội để đứng lên.

Ai trong chúng ta cũng đều nghĩ cuộc đấu tranh, giải phóng dân tộc và canh tân lại đất nước thật là khó! Tôi cũng nghĩ như vậy nhưng cái khó không phải là "chiến trường" mà là một người lính đầu tiên xung phong (trong đó là mình) để rồi có cả hàng hàng, lớp lớp theo sau!

40 năm dài tranh đấu cho hạnh phúc toàn dân, trong và ngoài nước đã cùng nhau tiến bước, nhưng vui sướng nhất vẫn là chúng ta đã có một tài sản "tinh thần đầy kiêu hãnh". Những thế hệ theo sau đã thành công vượt bực và trên mọi lãnh vực, họ đang chờ chúng ta.

Tôi vững tin vào ngày mai, vào thế hệ các em, họ là những tinh hoa của đất nước, đang hiện diện ở khắp nơi trên thế giới. Những viên ngọc này sẽ gom lại thành "kho tàng trí tuệ" để tiếp tục con đường tranh đấu, canh tân lại đất nước Việt Nam, bằng tình yêu dân tộc, bằng tinh thần "Hoà Đồng" để cùng nhau dựng nước.

"Mơ Quê", hy vọng với những vần thơ ngắn sẽ bắc được nhịp cầu cho các em để có chung một giấc "mơ quê" tiếp tục con đường mà cha ông đã và đang làm, mong một ngày đất nước Việt Nam được hồi sinh và đó chính là ước mơ của tập thơ "Mơ Quê".

Hãy đứng lên em kẻo lỡ thì
Chung tay, góp sức nệ hà chi?
Vì dân, dựng nước xây đời mới
Tổ Quốc Việt Nam lại sáng ngời.

Hãy tự tin vào chính mình và sẵn sàng đứng lên, bước về phía trước, trên con đường dựng nước, sống cho mình, sống cho người, sống cho cả Dân Tộc Việt Nam để hoàn thành lý tưởng "Canh Tân đất nước Việt Nam".

Last words.

I would like to sincerely thank:

- Mr. Pham Huy Cuong (former teacher, Nguyen Trai High School, before 1975)
- Mrs. Dam Chau Ha (former editor, Dan Viet Houston Newspaper)
- Tran Dieu Chan, PhD
- Mr. Ngo Trong Duc (democracy activist)
- Linh Chan Brown, PhD
- Mrs. Luu Ngoc Bao (former teacher, before 1975)
- Dr. Pham Luu Giang
- Mr. Pham Nguyen Hoa Ninh (graphic designer)

They have each helped make this book possible with their sincere thoughts and encouragement, critiques and edits, layout and design, as well as English translations. I am very touched and proud that "Mơ Quê" poetry collection received their praises and support. Though the poetry collection may still have some errors that were accidentally overlooked, I hope that you will have the kindness to forgive these mistakes.

"Dreaming of the Homeland" would like to send to you and your friends, along with the following generations, the desires and efforts to fight for freedom and democracy for the homeland of previous generations, including your ancestors. To make it easier for the younger generation to learn, the poetry collection also has selected poems translated into English, helping them to better understand the reason for their presence in a foreign land, and about the boundless sacrifices of why their ancestors had to leave their country and bow their heads in pity for those who did not reach the shore of freedom or who sacrificed their lives for the ideal of freedom for the nation! These contributions will certainly help the younger generation have a more positive and deeper view of the sacrifices of their parents and predecessors. They not only worried about the future for their children and families, but also sacrificed their lives to fight for freedom and democracy for Vietnam.

Thank you, singers and musicians: Tran Duc Hau, Hoang Tuong, Nam Phong, Viet Khang, for putting poetry into music through the songs: "Grateful to the Hung Kings", "Hoang Truong Sa Always Belong to Vietnam", "A Heart for the Homeland", "Vietnamese Girl on the Refugee Path". Thanks to these wonderful sounds, the poetry collection is like a cool breeze for everyone, especially the young readers after they have listened and read the poems. The singers and musicians have also actively helped in preparing for the book launch. They have given me boundless inspiration—thank you so much.

The collection of poems "Dreaming of the Homeland" is not a history book, or a war document, but just aspirations packaged in poetry, filling in a very small corner of the ideal of loving one's homeland and country, so that the younger generation can feel the common pain and boldly stand up to continue the path that their ancestors have been doing for the Vietnamese people.

I know life's time is short, but the nation's desires and pain are always in front of us! Vietnam is a peaceful nation with people yearning to live a happy life, to live freely. Yet for the past 49 years, the people have still had to bow their heads and accept the regime's repression! Human dignity is still despised and trampled!

Should we just sit still and let our people live in misery? Or just wait for old age to strike! Thinking endlessly, I stood up, found a stack of old poems, read them, collected them, and wrote a few words to send to you, my friends and children about the extreme pain of the nation that I have experienced in my life! The wound of the Fatherland is so great that I alone cannot heal it! This wound will only be healed when all Vietnamese people join hands in participating! The happiness of the entire people will be revived because we have successor generations with the same patriotic ideals waiting for the opportunity to stand up. All of us think that the struggle to liberate the nation and reform the country is really difficult! I also think so, but the difficulty is not the "battlefield." Rather, it is the first soldier to volunteer (including me), and then there will be whole rows and classes following!

After 40 long years of fighting for the happiness of all people, at home and abroad, we have moved forward together and are happier and proud of our "assets:" each subsequent generation has succeeded in every field that awaits us. I firmly believe in tomorrow, in our generation; they are the country's elite, present all over the world. These pearls will be gathered into a "treasure of wisdom" to continue the path of fighting and defending the country of Vietnam, with love for the nation, with the spirit of "harmony," to build the country together.

I hope that the short poems in "Dreaming of the Homeland" will be a bridge for the younger generation to share the "countryside dream" to continue the path their ancestors took and one day restore Vietnam for the people to live happily again. That is the dream of the poem collection, "Dreaming of the Homeland".

Please stand up before it's too late
Join hands to contribute, why wait?
For the people, build the country and build a new life
The Vietnamese Fatherland will shine again.

Be confident in yourself, and be ready to stand up, step forward, on the path of building the country. Live for yourself, live for others, live for the entire Vietnamese Nation and fulfill the ideal of "Renovating the country of Vietnam."

(Translation by Dr. Phạm Lưu Giang)

Trang Thơ

- Tổ Quốc Việt Nam
- Trang đặc biệt

15. Lời Tựa
23. **Preface**
32. Cảm nghĩ về Thơ Tố Thư *(Bà Đàm Châu Hà)*
36. **Thoughts about Tố Thư's Poetry**
40. Những vần thơ chạm đáy lòng *(TS. Trần Diệu Chân)*
42. **The verses that touch my heart**
45. Tấc lòng gởi Việt Nam của tác giả "mơ Quê" *(KS. Ngô Trọng Đức)*
47. **Dreaming of Homeland**
49. Giấc mơ quê
50. **Homeland dream** *(Translation by TS. Linh Chân Brown)*
51. Mơ quê
52. **Dreaming of Homeland** *(Translation by TS. Linh Chân Brown)*
53. Tâm Tình Với Kiến
54. **Sentimental talk with the ant** *(Translation by TS. Linh Chân Brown)*
55. Mơ Về Quê Mẹ + Ước Xuân
56. Hộp Cơm Trưa
57. Tâm sự sáo trúc
58. Giấc Mơ Kháng chiến
59. Tự Do và Độc Lập
60. The End of Sai Gon & Hình Cha NVLý bị bịt miệng
61. Tôi không phải nhà thơ
63. Hy sinh vì hạnh phúc toàn dân
64. Chung lưng Vì Dân Tộc
65. Sầu biệt xứ
66. Nhớ bạn
67. Lá Thư của Mẹ
69. Độc Huyền Cầm
70. Viên Ngói
71. Thân Phận
72. Tiếng gọi núi song
74. Trưng Vương Trường của mẹ
75. Hình, Trường Nữ Trung Học Trưng Vương, Sài Gòn
76. Ngắm núi xứ người (Half Moon Bay-SJ)
77. Một tách trà
78. Tự nhủ
80. Đừng vì thế mà khinh bạc
81. Hình Khu Chiến
82. Vận nước
83. Hai mươi năm một thế hệ

85. Tấm Gương Liệt Nữ
87. Hình. Anh Thư Trưng Triệu
88. Hưng Đạo Vương Trần Quốc Tuấn
89. Hình. Anh Hùng Trần Quốc Tuấn
90. Hình Quang Trung Trong Hồn Nước
91. Bắc Bình Vương Nguyễn Huệ
92. Những ngày Xuân Buồn
93. Hình Giỗ Ông Bà - Chùa Linh Sơn
94. Bức Ảnh Cha tôi (vẽ bằng bút chì)
95. Hình giỗ Bố - Trên Chùa Linh Sơn
96. Cha khóc con
97. Điếu Văn Khóc Mẹ
99. Nén hương này con xin dâng Bố Mẹ
100. Mừng Ông Bà vui bên đàn cháu
101. Nhân ngày Giỗ Bà. Chúc Thọ Mẹ Cha
102. Ai Điếu-Chiến hữu Phạm Duy Tùng
104. Hình. Viếng mộ Chiến hữu Nguyễn Huê Hùng
105. Phù Đổng
106. Ước Xuân
107. Ngước Mặt Với Trời Nam
109. Lá sầu đông
111. Hình. Cuộc đấu tố ruộng đất 54 tại miền Bắc
112. Con Vụ - Tạo Nghiệp
113. Tình Yêu Dân Tộc
115. Đình Chung
116. Nghiệp
117. Hình. HT.TQĐ và ĐL.HT.THQ
118. Ngậm ngùi
119. Thương về quê mẹ
120. Tâm Sự của tôi
125. Hình Bố Mẹ vẽ bằng bút chì
126. Gặp lại người thân
127. Đôi bạn tâm giao
128. Hình. 30/4- Xe tăng CS, ủi xập Cổng Dinh Độc Lập Sài Gòn
129. Tù cải tạo
130. Giáng Sinh cho người yêu nước
132. Tết lại đến
133. Bốn mùa nơi xứ lạ
134. Căn nhà cũ - Ước mong
135. Món quà Xuân gởi người yêu nước
136. Tâm Từ
137. Áo Giác Thuyền Nhân
138. Nuôi Tâm Hy Vọng - *Nurturing hope (Translation by BS. Phạm Lưu Giang)*
139. Chiếc áo tím
140. Cờ Vàng Bay

142. Cho thế hệ mai sau
143. Ngày tiếp thu Hà Nội
145. Viết cho Lê Duẩn
147. Hình tội ác CSVN-Huế & HCM
148. Hình Thảm Sát Mậu Thân Huế
149. Dân Tôi có phải là người
151. Hãy đừng ngại
152. Đối thoại với kiến
153. Dialogue with Ant! *(Translation by BS. Phạm Lưu Giang)*
154. Tết Đến
155. Tĩnh Lăng
156. Sống bình an
157. Câu chuyện Thuyền Nhân
159. Hình ảnh thảm cảnh thuyền nhân (Boat people)
160. Bài báo "More VN boat people land here"
161. Chiếc dép
162. Nhạc Phẩm Người Con Gái Việt Nam trên đường ty nạn
164. Chờ một Tết mới
167. Trung Thu ngày mai
168. Lẽ Đạo
169. Nhìn đất nước hôm nay
171. Chống ngoại xâm
173. HTS mãi mãi là của ta
174. Hình, Tượng THĐ và HS 50 năm
175. Sheet nhạc. HTS mãi mãi là của ta
176. Hình BT 50 năm TC cướp HS
177. Bên Hồ Sparrow Toronto
178. Lời ru của mẹ
180. Sheet nhạc-Lời Ru Của Mẹ
181. Em đếm sao trời
182. Sheet nhạc Em đếm sao trời *(Vietnamese & English)*
183. Cháu ngoại 5 tuổi
184. Chúc Tết Thông Gia
185. Yểm Trợ Quốc Nội
186. 45 năm tháng Tư Đen nhìn lại
188. Tưởng niệm 45 năm tháng Tư Đen
191. Việt Nam Tiếng Mẹ gọi
195. Bản Đồ Việt Nam
196. Nói đến quê Cha
197. Bác Nông phu và con trâu
198. Ghi Ơn Quốc Tổ Hùng Vương
201. Sheet nhạc. Ghi Ơn Quốc Tổ Hùng Vương
203. Nhớ nhà
204. Xuân nơi đất khách
205. Ukraine, địa ngục trần gian
207. Hình Russia Invasion Ukraine (Feb. 2022)

208. Thánh Địa GAZA
209. Hình Thành Phố Gaza và Đổ nát
210. Lễ Tạ Ơn thứ 48
211. Ngày Truyền Thống Đảng
213. Tưởng nhớ Chiến hữu Nguyễn Kim
215. Sheet nhạc. Một Tấm Lòng Cho Quê Hương
216. Đến đi. Tấm gương Vô Úy Thích Tuệ Sỹ
217. Mừng Lễ Giáng Sinh-2023
219. Merry Christmas *(Translation by BS. Pham Lưu Giang)*
221. Mừng con ngày Sinh Nhật
222. Sinh Nhật Mẹ Cún
223. Thơ không niêm luật
224. Ước nguyện cuối năm
225. Đón Xuân Giáp Thìn
226. Báo tin buồn
227. Ước mơ Canh Tân Việt Nam
228. A Dream of Renewal *(Translation by TS. Linh Chân Brown)*
229. Nói với bạn trẻ Việt Nam
234. Conversation wih Vietnamese Youth *(Translation by TS. Linh Chân Brown)*
240. Bỏ tấm chăn nô lệ
241. Discard the blanket of slavery! *(Translation by TS. Linh Chân Brown)*
242. Hạt giống mới quê hương
243. Homeland's New Seeds *(Translation by BS. Phạm Lưu Giang)*
244. Chuyện kể cuộc vượt biên
246. Hình. Trại tị nạn Pulau Bidong Mã Lai Á
247. Bước chân Thầy Minh Tuệ
249. Cung Trầm
251. Reflection *(Translation by BS. Phạm Lưu Giang)*
253. Lời cuối
257. Last words. *(Translation by BS. Phạm Lưu Giang)*

- *Rất mong qúy vị chuyển tập thơ Mơ Quê này đến với các con cháu mình, để các em không bao giờ quên trang sử đầy thương đau, đen tối nhất của dân tộc Việt Nam 30/4/1975.*

Tác giả giữ bản quyền
Mọi liên lạc với tác giả qua email:
moquetothu@gmail.com

Mơ Quê - Tố Thư

Made in the USA
Middletown, DE
29 July 2024